சொற்கள் மிதக்கும் வானம்

நிவேதிதா சுரேஷ்வரன்

வேரல்
புக்ஸ்

புக்ஸ்

வேரல் புக்ஸ் வெளியீட்டு எண்: 76

சொற்கள் மிதக்கும் வானம் * நிவேதிதா சுரேஷ்வரன்© * கட்டுரைகள் *
முதல் பதிப்பு: ஆகஸ்ட் 2023 * பக்கங்கள்: 112 *
வேரல் புக்ஸ் * 6, இரண்டாவது தளம், காவேரி தெரு, சாலிகிராமம், சென்னை – 600093 *
மின்னஞ்சல்: veralbooks2021@gmail.com * தொலைபேசி: 9578764322 *
அட்டைவடிவமைப்பு: லார்க் பாஸ்கரன் * லேஅவுட்: சந்தோஷ் கொளஞ்சி

Sorkal Mithakkum Vanam * Nivethitha Sureshwaran© * Essays *
First Edition: August 2023 * Pages: 112 *
Veral Books * No: 6, 2nd Floor, Kaveri Street, Saligramam, Chennai – 600093 *
Email ID: veralbooks2021@gmail.com * Phone: 9578764322 *
Wrapper Designed by: Lark Bhaskaran * Layout Designed by: Santhosh kolanji

Rs. 140

ISBN: 978-81-965289-4-2

நினைவடுக்கிலிருந்து மேலெழும் சொற்கள்...

அப்போது நான் ஏழாவது படித்துக்கொண்டிருந்தேன். என் பெரியம்மா மகளான அக்காவின் திருமணம். இரவு உணவுக்குப் பந்தியில் பெரும் கூட்டம். நான் எனது இரண்டு தம்பிகளை அழைத்துக்கொண்டு சாப்பிடும் இடத்தில் காத்து இருந்தேன். மூன்று இருக்கைகள் காலியானது. நல்ல பசி மூவருக்கும். என் தம்பிகளின் வயது அப்போது முறையே 6, 8 சிறுவர்கள். இடம் கிடைத்தது. இலை போடப்பட்டது. சுடச்சுட பிரியாணியை வரிசையில் வைத்துக்கொண்டே வருகிறார்கள். இன்னும் சில இலைகள் தாண்டினால் எங்கள் இலைகளை எட்டும் தூரத்தில் பரிமாறுபவர் வந்துகொண்டு இருக்கும்போது பசியும் உச்சம் தொட்டது. என் பெரியம்மா யாரோ மூவரை அழைத்து வந்தார். சுற்றும் முற்றும் பார்த்தவர் எங்கள் அருகே வந்து மூவரையும் எழுந்திடச் சொன்னார். “அப்புறம் சாப்பிடு “ம்” எழுந்திடு எழுந்திடு” என்று அதட்டினார். வேறு வழியில்லாமல் எழுந்தோம். ஒரு குழந்தைகளை எழுப்பி விடுகிறோம் என்ற எந்த குற்றவுணர்வும் பெரியம்மாவுக்கு இல்லை. அதைவிட கொடுமை வந்த மூன்று பேரும் வெட்கமே இல்லாமல் பல் தெரிய உட்கார்ந்தார்கள். அதன்பிறகு அடுத்த பந்தியில் எனது தம்பிகளை உட்கார வைத்துவிட்டு வெளியேறினேன். நான் சாப்பிடவில்லை. நான் சிறுவனாக இருந்தபோது நடந்த காட்சி இன்னும் என் கண்ணில் அப்படியே இருக்கிறது. இப்போதும் அந்த பெரியம்மாவை பார்க்கும்போது நினைவடுக்கில் வந்துபோகிறது. பச்சை மரத்தில் அடிக்கும் ஆணிகள் சுலபமாக இறங்கிவிடுவது போல குழந்தைகள்

மீது பெரியவர்கள் நடத்தும் வன்மங்கள் தழும்பாகிவிடுகிறது. இந்தப் புத்தகம் முழுக்க முழுக்க நிவேதாவின் கடந்து வந்த வாழ்வின் குறிப்புகள். இன்னும் சொல்லப் போனால் "வாழ்க்கை என்பது வாழ்ந்து பெற்ற அனுபவங்களின் தொகுப்பு" என்ற நிவேதாவின் வரியே.

நிவேதாவின் குழந்தை உலகு எவ்வளவு துயரங்களை தாங்கி, தாண்டி வந்துள்ளது என்று வாசிக்க வாசிக்க மனம் பாரமாகிறது. இது மிகச்சிறப்பான இலக்கிய பிரதி என்று சொல்ல மாட்டேன். ஆனால் நீங்கள் அவ்வளவு எளிதாக இந்தப் பிரதியைக் கடந்துபோக முடியாது என்று உறுதியாக சொல்லுவேன். ஊரே "தெய்வ குழந்தை" என்று வாரி அணைத்து கொண்டாடிய குழந்தை தனது பதின்பருவத்தை தாண்டுவதற்குள் எவ்வளவு ஏமாற்றங்கள் / கருப்பாக இருப்பதினால் நடக்கும் புறக்கணிப்புகள் / துன்பங்கள் / குதூகலம் / கொண்டாட்டம் என்று பின்னாளில் பெரியவர்களான பல குழந்தைகளுக்கு நினைவூட்டும் பிரதியாக இது இருக்கும்.

செய்முறை என்ற பெயரில் குடும்ப உறவுகள் சுரண்டும் கயமை பல பக்கத்தில் நம் வாழ்வை அசைபோட வைக்கும். நிவேதாவின் அப்பா அவரது தங்கையின் மூத்த மகன் மூர்த்திக்கும், நிவேதாவுக்கும் ஒரே போல இரண்டு சைக்கிள் வாங்கி வருகிறார். நிவேதாவின் மாமா மூர்த்திக்கு சைக்கிளை எடுத்து செல்கிறார். புதிய சைக்கிளை காலையில் மிதிக்க ஆரம்பித்தால் குவாட்டர்ஸ் முழுக்க மாலை வரை இறக்கை கட்டியது போல சுற்றிய ஐந்து வயது குழந்தையின் மகிழ்ச்சி இரண்டு நாளில் பொசுக்கப்படுகிறது. ஊரிலிருந்து வந்த அத்தை "மூர்த்தி சைக்கிள் போலவே தனக்கும் வேண்டுமென்று சின்னவன் அடம்பிடிக்கிறான் இதையும் எடுத்து போறேன்" என்று யாரிடமும் எந்த அனுமதியும் வாங்காமல் அத்தை என்ற ஒற்றை கர்வத்தில் ஒரு குழந்தையின் மகிழ்ச்சியின் மீது மண்ணெண்ணெய் ஊற்றிப் போகும்போது "என்னோடத எனக்கு கொடுங்க" என்று கேட்க நாதியற்று நிற்கும் ஒரு குழந்தையின் இயலாமை நமக்கும் வாசிக்கும்போது தொற்றிக் கொள்கிறது.

பின்நாட்களில் குடும்ப சூழல் காரணமாக அத்தை வீட்டில் படிக்கும் நிலையில் அங்கே ஒரு குழந்தையின் மீது நடக்கும் தொடர் தாக்குதல்கள், அடி, சித்ரவதை... ஒரே வீட்டிலிருந்து பள்ளிக்குப் போகும் இரண்டு குழந்தைகளில் மூர்த்திக்கு மட்டும் சுடச்சுட மதிய சாப்பாடும் நிவேதாவுக்கு காய்ந்துபோன இட்டிலியும் தினமும் உணவாகப் போவதும். தினமும் இதனை கவனித்து வந்த பள்ளி ஆசிரியர் நிவேதாவுக்கும் சேர்த்து உணவு கொண்டு வருவதும்/இட்லி குப்பை தொட்டிக்குப் போவதும் வாடிக்கையாகிறது.

உன் மகள் உன் தங்கை வீட்டில் பல சித்ரவதை அனுபவிக்கிறாள் என்று யார் சொல்லியும் அப்பா கேட்கவில்லை. எதேச்சையாக பள்ளிக்குப் போன அவளது அப்பாவிடம் பள்ளி ஆசிரியர் “எனக்கு அடுத்த வாரம் கல்யாணம் என் வருங்கால மனைவியிடம் பேசிவிட்டேன், உங்கள் மகளை வளர்க்க முடியவில்லை என்றால் எங்களுக்கு தத்து கொடுங்கள் பாவம் அவள் அத்தை வீட்டில் சொல்லொண்ணாத் துயரத்தை அனுபவிக்கிறாள்” என்று சொல்லி உள்ளார். நிவேதாவுக்கு வந்த காய்ந்துபோன இட்லி குப்பைத் தொட்டியிலும், மூர்த்தி சுடச்சுட சோறும் சாப்பிடும் காட்சியையும் நேரில் பார்க்கிறார். இது தினமும் நடப்பது என்று தெரிந்தவுடன் குழந்தையை அள்ளிக்கொண்டு அப்பா போகிறார், அம்மா அவளைக் குளிக்க வைக்கும்போது தான் உடல் முழுக்க வரிக்குதிரை போல காயங்கள் கோடுகளாய் இருப்பதைப் பார்க்கிறாள். செல்லக் குழந்தை பட்ட துயரத்தை அம்மா அப்பா இருவரும் மனம் நொந்து உணருகிறார்கள்.

“அப்பா அப்பா” என்று அவரது காலடியைச் சுற்றிச் சுற்றி ஓடிய குழந்தை “அப்பாவை அவ்வளவு பிடிக்கும்” என ஒவ்வொரு அத்தியாயத்திலும் சொல்லி வந்தவர். ஒரு கட்டத்தில் அப்பாவை வெறுப்பதும் உச்சமாகக் கல்லை எறிந்து விரட்டுவதும் வாழ்வின் முரண். காலம் கலைத்துப் போட்ட வாழ்வு.

தொகுப்பில் பல மனிதர்களின் கதைகள் நம்மை தொந்தரவு செய்கிறது. செண்பகப்பூ தாத்தா, சாளையூர் பாட்டி.. என பல மனிதர்களின் முகங்களும் முகமூடிகளையும் இந்தப் புத்தகம் திறக்கிறது. பல மனிதர்களை நிவேதா இந்த பிரதி வழியாக

கொண்டாடித் தீர்த்திருக்கிறாள், சிலரை முகத்திற்கு நேராக அம்பலப்படுத்தவும் செய்து உள்ளார். படிப்பு மட்டும் தான் நமக்கான ஒரே வெளிச்சமென்று உணர்ந்தவள் இரண்டு முதுகலைப் பட்டம் வாங்கும்போது வரும் மகிழ்ச்சி அளவில்லாதது. ஒருமுறை கூட ஹோட்டலில் தனக்குப் பிடித்ததை ஆர்டர் செய்யாத இறுக்கமான வாழ்வில் "உனக்கு என்ன வேண்டுமோ நீயே ஆர்டர் செய்" என்று முதல்முறையாக மெனு கார்டை அவளை நோக்கி நீட்டிய கரங்கள், அவளின் நம்ப முடியாத அதிசயம், திருப்பம். வெளியே வேண்டுமானால் எல்லோருக்கும் கணவன் எனலாம், ஆனால் உண்மையில் சுரேஷ்வரன் நிவேதாவின் உற்ற தோழன் என்பது எனக்குத் தெரியும்.

எப்போதும் சிரித்துக்கொண்டே இருக்கும் இவளது வாழ்வு இவ்வளவு துன்பங்கள் நிறைந்ததா என்று வாசிக்கும்போது உண்மையாகவே ஒரு நாவல் வாசித்ததைப் போல அவ்வளவு கஷ்டமாக இருந்தது. ஒரு புத்தகம் எழுதுவதில் புதிய முயற்சி என்பதினால் சில குறைகள் விமர்சனங்கள் உண்டு. ஆனாலும் இது கடந்துபோக முடியாத பிரதியாக நிச்சயம் இருக்கும்.

"வாழ்வின் ஒவ்வொரு அத்தியாயமும் பெரும்பாலும் யார் யாரோக்களுக்காக இருந்து, பின் நமக்கு நெருக்கமாகிப் போகிறவர்களால் தான் வாழ்வு நிரப்பப்படுகிறது. வாழ்வின் விசித்திரமான விளையாட்டு அது" என்ற நிவேதாவின் ஒப்புதல் நிதர்சனமானது. நானும் உங்களோடு இருக்கிறேன் என்பதில் மகிழ்ச்சி.

அன்புத் தங்கைக்கு நெஞ்சம் நிறைந்த வாழ்த்துக்கள்..,

அன்புடன்..,

30.5.2023

கோவை.

அ.கரீம்

என்னுரை

இலக்கியத்திற்கும் எனக்கும் காத தூரம். இளங்கலை படித்துக் கொண்டிருந்தபோது நான் அணுக்கமாக உணர்ந்தவர்களில் தமிழ்த்துறைப் பேராசிரியர்களுக்கென்று நிச்சயம் ஓரிடமுண்டு. 'சார்' போட்டு அழைக்கப்படுகிற உறவாயில்லை அவை. 'அண்ணா'தான். இரவி அண்ணாவை, சிவசாமி அண்ணாவை, சுவாவைப் பார்ப்பதற்காக அடிக்கடி தமிழ்த்துறைக்குப் போவேன். ஒரு பேச்சுக்குக்கூட இலக்கியம் பேசியதில்லை அவர்களோடு. ஒருமுறை தமிழ்த்துறையில் இரவி அண்ணாவோடு பேசிக்கொண்டிருந்தபோது தமிழ்த்துறைத் தலைவர் கன்னிமுத்து சார் வந்துவிட்டார். இரவி அண்ணா சட்டெனத் தனது மேஜை டிராயரைத் திறந்து, அதிலிருந்து ஒரு புத்தகத்தை எடுத்து, "நீ கேட்ட புத்தகம் இதோ இருக்கிறது. எடுத்துக்க" என்று ஒரு சிற்றிதழை எனக்குமுன் வைத்தார். "கருக்கல்"! அக்காடெமிக் தாண்டி, எனது கைக்கென வந்து சேர்ந்த முதல் இலக்கியப் பிரதி என்றால் அது அந்தச் சிற்றிதழ்தான். அந்தச் சிற்றிதழ் வழி ஒரு பெயரென எனக்கு முதலில் அறிமுகமான அந்த இதழின் ஆசிரியர் சுரேஷ்வரன் எனது வாழ்க்கைத் துணைவரானார் பிற்பாடு. அதுவொரு சுவாரஸ்யமான கதை. அதைப் பிறகு பேசுவோம்.

சுரேஷ்வரன் வழி எனக்கு அறிமுகமான முதல் புத்தகம், கே.வி. ஷைலஜா அவர்களது மொழிபெயர்ப்பில் மலையாளத்திலிருந்து தமிழிற்கு வந்திருந்த பாலச்சந்திரன் சுள்ளிக்காடு அவர்களின் "சிதம்பர நினைவுகள்". அப்புத்தகத்தை வாசித்து முடித்ததும், 'பாலச்சந்திரன் சுள்ளிக்காடை நேரில் பார்த்தால், ஓங்கி அறைய வேண்டும். பின் அறைந்த கன்னத்தில் அழுந்த ஒரு முத்தமிடவேண்டும்' என்று தோன்றியது. கே.வி.ஷைலஜா அவர்களோடு தொலைபேசியில் ஒருமுறை பேசினேன். அதன் பிறகு நான் வாசித்த ஒவ்வொரு புத்தகமும் எனக்குப் புதிய புதிய நூலாசிரிய நண்பர்களை அறிமுகப்படுத்தியது. அந்த நூல்களை நான் கிடைத்த மேடைகளில் அறிமுகப்படுத்த, அந்த நூல்கள் மேலும் சில இலக்கிய நண்பர்களை எனக்கு அறிமுகப்படுத்தியது.

இப்படி பொள்ளாச்சி, கோவை, திருப்பூர் தாண்டி எனக்கான இலக்கிய நட்புவட்டம் விரிந்தவண்ணம் இருக்கிறது. வாசிப்பின்வழி நான் பெருக்கிக்கொண்டது இப்படியான நண்பர்கள் வட்டத்தையும் சேர்த்துத்தான் என்பதில் பெருமகிழ்ச்சி.

எனது கணவரின் வழி நான் வாசிக்கக் கிடைக்கப்பெற்ற முதல் புத்தகமே என்னை இப்போது எழுதவும் வைத்திருக்கிறது. இந்த நூலின் இலக்கியத் தகுதி குறித்து நிச்சயம் பேசுங்கள். இந்த நூல், என்னை நோக்கிக் கொண்டுவந்து சேர்க்க இருக்கும் தோழமைகளுக்காக உள்ளன்புடன் காத்திருக்கிறேன். அழையுங்கள்!

எனக்கு எல்லாமுமாக இருக்கிற யோகிக்குட்டிக்கு எனது முத்தங்கள். இந்த வாழ்வை ஒரு பெருங்கொண்டாட்டமாக மடைமாற்றிக் காட்டியிருக்கிற எனது கணவர் சுரேஷ்வரனுக்கு எனது அத்தனையும்.

மிகக் குறுகிய காலத்திலேயே தனக்கென ஒரு தனித்துவமான அடையாளத்தைப் பதிப்புத் துறையில் வென்றெடுத்திருக்கிற வேரல் பதிப்பகம், எனது முதல் எழுத்தைப் பதிப்பிற்காகக் கவனத்தில் கொண்டமைக்கு, எனது முழு முதல் நன்றி. அம்பிகா குமரனுக்கு தோழமையின் முத்தங்கள்! முன் அட்டை துவங்கி, பின் அட்டை வரைக்குமான வடிவ நேர்த்திக்கு அம்பிகா குமரனுக்குத் தோள் கொடுத்திருக்கிற அட்டை வடிவமைப்பில் லார்க் பாஸ்கரன் அவர்களுக்கும், லேஅவுட்டில், எழுத்தை எப்படி ஏந்த வேண்டும் என்று தெரிந்திருக்கிற சந்தோஷ் கொளஞ்சிக்கும் மேலும் இருவரின் இரசனைக்கும் தோழமையின் நன்றிகள்.

பார்த்துப் பார்த்துக் குழந்தையை அழகு படுத்துவதுபோல, எனது எழுத்தைத் தனது மடியில் அமர்த்திக் கொண்டு மெய்ப்புத் திருத்தத்தைத் திருத்தமாகச் செய்து தந்திருக்கிற தோழர் வழக்கறிஞர் ரேணுகா தேவி அவர்களுக்கு எனது அன்பு.

சொல்லளவில் என்றில்லாமல் செயலளவிலும், தங்கைக்குத் தனது கரங்களை இப்போதும் முந்தி வந்து நீட்டியிருக்கிறார் அண்ணன் அ.கரீம். அவருக்கு என்றென்றைக்குமானதாக ஆகட்டும் தங்கையின் அன்பு.

நிவேதிதா சுரேஷ்வரன்
90800 20648

சமர்ப்பணம்
குண்டு லட்டுவிற்கும்
யோகிக் குட்டிக்கும்

உள்ளடக்கம்

1. செல்லக் குழந்தை — 15
2. கசப்பு மிட்டாய் — 19
3. இன்பச் சுற்றுலா — 24
4. ஒற்றைச் சொல் மந்திரம் — 30
5. விட்டு விடுதலையாகி... — 35
6. பட்ட காலில் — 42
7. சொர்க்கம் என்பது நமக்கு ... — 46
8. லேடி பேர்டு — 51
9. கருணையின் கரங்கள் — 56
10. பூப்பு — 61
11. புருஷ இலட்சணம் — 66
12. அப்பாவும் பிரிவும் — 71
13. விரிந்த சிறகுகள் — 76
14. நட்பே துணை! — 84
15. அன்பின் வலியது... — 88
16. மாசிலனாதல் — 94
17. ஆட்கள் அப்படித்தான் — 98
18. ருசியோருசி — 102
19. சமர்ப்பணம் — 106

ஒருபோதும் கடந்து மீளமுடியாத ஒன்றைத்தான் 'கடந்தகாலம்' எனச் சொல்லி நிறைவடைய முயலுகிறோம். ஒற்றைச் சொல்லிற்குள் அடைபட்டு மூச்சுமுட்டிச் சாகட்டும் என்கிற நமது ஆகக்கடைசியான பிரயத்தனத்தின் மீதும் கரிபூசிவிட்டு, முட்டி முளைத்துவிடுகிறது 'நேற்று'. இந்த நேற்றின் வித்தற்ற இன்றின் கனிதான் இங்கு ஏது? இன்றின் கனியில் நேற்றே ருசிக்கிறது! ருசி, ருசிதான்!

வாழ்க்கை என்பது வாழ்ந்துபெற்ற அனுபவங்களின் தொகுப்பு. இந்த அனுபவ வேர்கள் நிலம் பற்றி, நீரோட்டம் தேடி, புழுக்கம் முகர்ந்து, ஆழம் ஆழம் என மேலும் இறங்க, விண் முட்டும் சிறகுகளெனக் கிளைகளை விரித்துக் கொத்துக் கொத்தாய்க் காய்த்துக் கனிந்து விஸ்வரூபிக்கிறது வாழ்க்கை. அடிமுடி காணமுடியாத பிரம்மாண்டம்தானெனினும், இதை எழுத்தில் சற்றே வடித்துத் தரிசித்துப் பார்க்க முற்படும் ஓர் அபத்த விருப்பம் என்னுடையதாகிறது. அபத்தச் சொற்குவியலே எனினும், சொற்களுக்கப்பால் சுடர்விடும் மெய்மையைக் காணும் கண்ணுடையோர் நீங்கள் என்ற நம்பிக்கையே இவ்வெழுத்திற்குப் பின்னுள்ள ஆகச்சிறந்த உத்வேகம். போதாததற்கு, மானுடத்தின் ஆழ்நீரோட்டத்தில், 'நான் - நீ' என்பதேது? நமக்குள் பேசுவோம்!

1. செல்லக் குழந்தை

அப்பாவை எனக்குப் பிடிக்கும். அம்மாவை விட, வேறெதையும் விட அப்பாவை எனக்கு மிகவும் பிடிக்கும். "உன் அப்பாவைப் பிடிச்சு ஜெயில்லெ போட்டுடுவேன்" என்று சொன்ன மாமாவை, கல்லெடுத்து அடித்திருக்கிறேன். எனது கல்லடி தாங்காது யூனியன் ரூமைச் சார்த்திக்கொண்டு உள்ளேயே ஒடுங்கிக்கொண்டாரவர். கைகளில் கற்களோடு அறைக்கு வெளியிலேயே நின்றிருந்தேன். யார் சொல்லியும் நான் கேட்கவில்லை. ஷிப்ட் முடிந்து வந்த அப்பாவைப் பார்த்தபோது, ஓடிச்சென்று அவரைக் கட்டிக்கொண்டு அழுதேன். "மாமா விளையாட்டுக்குச் சொல்லியிருக்காருடா. அழாதே" என்றார் அப்பா. சமாதானமாகவில்லை எனக்கு. தேம்பியழுதபடி "வெளியெ வந்தா கல்லாலெ அடிக்காம விடமாட்டேன்பா, அந்த மாமாவை" என்றேன். அந்தச் சம்பவத்திற்குப் பிற்பாடு விஸ்கோஸ் வட்டாரத்தில் "புலிக்குட்டி" ஆனேன் நான்.

*

நான் பிறந்த ஆண்டின் தீபாவளிக்கு அப்பா நாற்பதினாயிரம் ரூபாய் போனஸ் வாங்கினாராம். எனது ஜாதகம் எழுத, கதிரேசன் மாமாவைப் பார்க்கப்போயிருக்கிறார் அப்பா. பிறந்த தேதி, நேரம் குறித்துக்கொண்டு இரண்டு நாட்கள் கழித்துவந்துபார்க்கச் சொல்லியிருக்கிறார் அவர். ஊருக்கே ஒரே சோதிடர். அப்பாவும் இரண்டு நாட்கள் கழித்து அவரைப்போய்ப்பார்த்திருக்கிறார். "புருஷோத்தமா, நீ கொடுத்திருக்கிற நாளும், நேரமும் சரியென்றால்,

குழந்தை உனக்குப் பிறந்ததில்லை” என்றிருக்கிறார் அவர். வேர்க்க விறுவிறுக்க, சைக்கிள் மிதித்து வீட்டிற்கு வந்து, அம்மாவிடம் நான் பிறந்த நேரத்தைக் கேட்டிருக்கிறார் அப்பா. அம்மா சொன்ன நேரத்தைக் கேட்டவுடன்தான் அவருக்கு நிம்மதி.

மீண்டும் கதிரேசன் மாமாவைப் போய்ப்பார்த்துச் சரியான நேரத்தைச் சொல்லியிருக்கிறார். நேரத்தைக் குறித்துக்கொண்டு, அன்று மாலை அப்பாவை மீண்டும் வரச்சொல்லியிருக்கிறார் கதிரேசன் மாமா. அப்பாவும் அவரை அன்று மாலையே போய்ப்பார்த்திருக்கிறார். “ராஜா, உனக்குப் பொறந்திருக்கிறது பொண்ணல்ல, உள்ளபடி உனக்கான நல்ல காலம்னு நெனச்சுக்க. அவமனசெ நோகாமப் பார்த்துக்கோ. அவள முன்னிருத்தி நீ செய்யறெ காரியம் எதுவானாலும் உனக்கு ஜெயம்.” என்று சொல்லியிருக்கிறார் அவர்.

அடுத்த ஒரு மாதத்திற்குள் நரசிம்ம நாயக்கன் பாளையத்தில் 5 செண்ட் நிலம் வாங்குகிறார் அப்பா. பின், பீளமேடு ஏர்போர்ட் ரோட்டில் அவருக்கு மாதத்தவணைத் திட்டத்தின்கீழ் 10 செண்ட் நிலம் குலுக்கல் முறையில் விழுகிறது. மேட்டுப்பாளையம் ரோட்டில் 80 செண்ட் நிலம் வாங்குவதில் சற்று இழுபறி. என்னை அழைத்துச் செல்கிறார் அப்பா. நிலம் படிகிறது. கொள்ளா சந்தோஷம் அவருக்கு. திருமூர்த்தி மலையில் பி.ஏ.பி. வாய்க்காலை ஒட்டி ஏழரை ஏக்கர் தோப்பு வாங்குகிறார். ஒரு வேன் பிடித்து,அவரது விஸ்கோஸ் நண்பர்கள் வட்டத்திற்கு ஒரு கெடாவெட்டு. ஏகபோக விருந்து. ஊரே கொண்டாடும் ஒரு குழந்தையானேன். தெருவில் நடந்துபோக, வீட்டிற்குள் அழைத்து ஏதாவது திண்பண்டங்கள் தருவார்கள். “வேண்டாம்” என்றால், “சும்மா வீட்டிற்குள் வந்துவிட்டாவது போ” என்பார்கள்.

தியாகு மாமா, மனோகர் மாமா, கோவிந்து மாமா, வெங்கிடுபதி மாமா, கிச்சு மாமா, பாலு மாமா, ரவி மாமா, செந்தில் மாமா, பெத்தப்பா, சலங்கை சண்முகம் மாமா, கதிரேசன் மாமா என அப்பாவின் நண்பர்கள் வட்டத்திற்கு நான் என்றுமே செல்லக் குழந்தை. தியாகு மாமா வாரத்திற்கு நான்கு நாட்கள் என்னை மேட்டுப்பாளையத்திற்கு அழைத்துச் சென்றுவிடுவார். பொரித்த மீன் சாப்பிட்டுவிட்டு, பார்சலும் கட்டிக்கொண்டு சிறுமுகை

திரும்புவோம். எங்கள் வீட்டில் யாரும் மீன் சாப்பிட மாட்டார்கள். நான் முதல் மரியாதை ராதா போல் வெளுத்து வாங்குவேன். காரணம் தியாகு மாமா. ஊரைச் சுற்றி எந்தக்கடையில் எது நல்லாருக்கும் என்று அவரோடு சேர்ந்து எனக்கும் அத்துப்படி. ரவி மாமா கடையில் ஆப்பமும் மீன் குழம்பும் ஃபேமஸ். கடை டல்லடித்தால் வந்து கூட்டிச் சென்றுவிடுவார் ரவி மாமா. அவரது கடையில் எப்போது நான் சாப்பிட்டாலும் எனக்கு ஃப்ரீதான்.

சிறுமுகை அன்னபூர்ணாவில் ஆனியன் ரோஸ்ட் அக்கவுண்டில். ராமசாமி மாமா பார்த்துப்பார்த்துக் கவனிக்கச் சொல்லுவார். ஐஸ்கிரீம் கடைக்குப் ஃபோன் போட்டால் போதும், வீட்டுக்கு வந்துவிடும்.

ராம்குமார் மாமா, சுதாகர் மாமா இருவரும் நல்ல நண்பர்கள். அவர்கள் என்னைப் பார்க்க வரும்போது, கோவை கிருஷ்ணா ஸ்வீட்ஸ், இல்லையென்றால் அன்னபூர்ணா ஸ்வீட்ஸ் வந்துவிடும் !ராம்குமார் மாமா விஸ்கோஸில் இன்ஜினியர். அவரை நெருங்கப் பயப்படுவார்கள். நான் அவர்களுக்குச் செல்லம். அவர்கள் வரும் அன்று, நான் என்ன சேட்டையும் செய்யலாம். ஒரு சின்னஅடி, ஒரு சின்னத் திட்டு கூடக் கிடைக்காது. ஐ.. ஜாலிதான் !

அண்ணாநகர் எட்டுவீட்டு லைனில்,ரோட்டுமேல் வீடு. எதிரில் செல்வ விநாயகர் கோவில். அதன் தென்னங்கீத்துப் பந்தலின்கீழ் ஏழு தாத்தாக்கள் தினமும் வந்துவிடுவார்கள். நாட்டுநடப்பு, ஊர்ப்பஞ்சாயத்து, கதைசொல்லல், பஜனை, பூப்பறித்தல், விநாயகருக்கு மாலைகட்டல் என்று பொழுது சுவாரஸ்யமாகக் கழியும். எப்பொழுதும் எனக்கு அங்கேதான் விளையாட்டு. கோவில் குருக்களுக்கு நான்தான் ஒத்தாசை. விநாயகருக்குத் தண்ணீர் ஊற்ற, பூக்கள் எடுத்துக்கொடுக்க, பொட்டுவைக்க, அதுஇது என்று விநாயகரும் எனக்கு ஒரு விளையாட்டுத் தோழன்போல.

விநாயகர் பால் குடிக்கிறார்! பரபரப்பான ஒரு செய்தி. தெருவெங்கும், ஊரெங்கும், நாடெங்கும் ஒரே பேச்சு. எங்கள் தெருப் பிள்ளையாருக்கு குருக்கள் ஐயர் தீர்த்தக்கரண்டியில் பால்கொடுக்கிறார். மாட்டேனென்று அடம்பிடிக்கிறார் பிள்ளையார். தாத்தாக்கள் கொடுத்துப்பார்க்கிறார்கள்.

வேலைக்காகவில்லை. என்னைக் கொடுக்கச் சொல்லுகிறார்கள். தீர்த்தக் கரண்டியில் பால் எடுத்து நான் கொடுக்க, கரண்டி காலியாகிறது. “எங்கதெரு செல்வவிநாயகரும் பால்குடிக்கிறார்! அதுவும் இந்தக் குழந்தை கொடுத்தால் மட்டுமே!!”

அண்ணாநகர் கடந்து, ஜீவா நகர், வ.உ.சி நகர் என்று பால்குடி செல்வ விநாயகரோடு சேர்ந்து எனது பெயரும் பரவுகிறது. தேர்க்கூட்டம்! வ.உ.சி. நகரிலிருந்து தாரை தப்பட்டை முழங்க, செல்வ விநாயகருக்குக் கொடுக்க பால் குடத்தோடு வருகிறார்கள். ‘எங்கே அந்தக் குழந்தை?’ என்று எங்கள் வீட்டிற்கு வந்து என்னை அழைத்துச் செல்கிறார்கள். பக்கத்தில் ஒரு பால் சொசைட்டி. அண்டா, குண்டா என பால் நிரம்புகிறது. அத்தனையையும் கொடுக்க முடியாது. தொட்டுக்கொடுக்கச் சொல்லுகிறார்கள். தாத்தாக்கள்தான் எனக்குக் காவல். அம்மாவுக்கு ஒரே பதட்டம். தாத்தாக்கள் மாறிமாறிச் சமாதானம் சொல்லுவார்கள். செல்வ விநாயகருக்குக் கோவில் கட்டப்பட்டது. கிரில் காம்பௌண்டு போடப்பட்டது. செல்வ விநாயகர், பெயருக்கேற்றபடி செல்வச் செழிப்போடு வளர்ந்தார்.

எல்லோராலும் கொண்டாடப்படுவது ஒரு வரம். வரம் என்று ஒன்றிருக்கும்போது சாபம் என்கிற ஒன்றும் இருக்கத்தானே செய்யும். இருந்துவிட்டுப்போகட்டும்.

அப்பா அப்போது ஒரு ஸ்கூட்டர் வாங்கினார். நான் உட்காருவதற்கென ஒரு சின்ன சேர்—சீட்டை அதன் முன்பக்கத்தில் அமைத்தார். அப்பாவோடு அதில் எப்போதும் நகர்வலம். பவானி, காரமடை, இடுகம்பாளையம் ஆஞ்சநேயர் கோவில், மத்தம்பாளையம் விநாயகர் கோவில், பழத்தோட்டம், ஈச்சனாரி, திருமூர்த்திமலை என்று வாங்கிய மூன்று மாதங்களிலேயே எங்களுக்காக ஓடி ஓடி அதன் டயரை ஓடாய்த் தேயவிட்டோம். அப்பாவை எனக்கு அவ்வளவு பிடிக்கும்!

2. கசப்பு மிட்டாய்

சிறுமுகை திருவள்ளுவர் நகரில் குடியிருந்தோம். எனது அப்பாவின் தங்கையின் மகன் மூர்த்தி எங்களோடுதான் இருந்தான். எஸ்.ஐ.வி.—யில் மூன்றாம் வகுப்பு வரை படித்தான். அவனைப் பார்க்க வாரா வாரம் அப்பாவின் தங்கை புஷ்பா வந்துவிடுவார். வரும்போது எதிர்த்த வீடு, பக்கத்து வீடு என்று யாராவது அவருடன் வருவார்கள். சிறுமுகை அன்னபூர்ணாவில் அப்பா பார்சல் கட்டிவிடுவார். இரவு உணவு களைகட்டும்.

அப்பாவின் நண்பர் பெருமாள் மாமா, விஸ்கோஸ் ரெயான் யூனிட்டில், இருபது அடிக்கும் மேலிருந்து கீழேவிழுந்து அடிபட்டுவிட, மாமாவுக்கும் அத்தைக்கும் அப்பா ஆகச் சிறந்த உதவிகளை ஆற்றத் துவங்கினார். அம்மாவுக்கும் அப்பாவுக்கும் அடிக்கடி சண்டைவரும். என்ன நினைத்தார் அப்பா என்று தெரியவில்லை. என்னைச் சிறுமுகை எஸ்.ஐ.வி. பள்ளியிலிருந்து, கோவை ஆர்.வி.எஸ்.—சில் சேர்த்துவிடத் தீர்மானித்துவிட்டார். அப்போது மூர்த்திஅங்குதான் படித்துக்கொண்டிருந்தான். எனக்கும் அவனுக்குமாகச் சேர்த்து அப்பாவே மொத்த ஃபீஸையும் கட்டினார்.

அப்பாவின் தங்கையின் வீடு உறங்க, தினமும் பதினோரு மணியாகிவிடும். லாரி டிரைவர்கள் பட்டாளமே அங்கிருக்கும். அப்பாவின் மைத்துனர் குடியில்லாமல் இருக்கமாட்டார். கண்கள் சிவந்துகிடக்கும். அவரைப் பார்க்க எனக்குப் பயமாக இருக்கும். பதினோரு மணிக்குமேல், பாத்திரங்களைக்

கழுவிவைத்துவிட்டுத்தான் நான் படுக்கச்செல்லவேண்டும். ஐந்து வயதுக் குழந்தை என்று இருவருமே பார்க்கமாட்டார்கள். தொட்டதற்கு எல்லாம் அடிவிழும். எதற்காக அடி வாங்குகிறேன் என்று சமயங்களில் எனக்குத் தெரியாது.

மாலைநேரம் தினமும் டியூசனுக்குப்போவேன். அந்த ஒரு மணிநேரம் எனக்கு நிம்மதியாக இருக்கும். டியூசன் மணியக்கா என்னை அவரருகே உட்காரவைத்துக்கொள்வார்.

ஒருமுறை அப்பாவின் தங்கை தோசை சட்டுவத்தை எடுத்து என்மேல் வீசிவிட்டார். அது எனது முட்டியில் பட்டு வலி தெறித்தது. இரத்தம்வேறு. மொண்டி மொண்டி நடந்தபடி நான் அன்று டியூசனுக்குப் போனேன். டியூசன் மணியக்கா எனக்குக் கட்டுப்போட்டுவிட்டார்கள். காய்ச்சல் லேசாக அடிக்கத்துவங்க, எனக்கு "மருந்து கொடுத்தார்கள். 'வீட்டிற்கு எப்படி இந்த நிலையில் போவாய்?' என்று என்னைத் தூக்கிக்கொண்டு நடந்தார்கள். பாதி வழியிலேயே அப்பாவின் தங்கை வந்துவிட்டார்.

என்னைக் கீழே இறக்கிவிடச்சொல்லி, கால்நடையாக என்னை வீட்டிற்கு அழைத்துச் சென்றார் அவர். இடையில், என்னுடைய அப்பா வந்திருப்பதாகவும், "ஏதேனும் அவரிடம் சொன்னால், அப்பறம் அவர் போனதிற்குப் பிறகுக் கொன்னேபோடுவேன்" என்றும் என்னை மிரட்டினார். அப்பாவைப் பார்த்ததும், "உம் பொண்ணுக்கு நடக்கவே தெரியறதில்லெ. பாரு, எப்படிக் காயம் பண்ணி வெச்சிருக்கா, கீழ விழுந்து" என்றார் அவர். நான் வாயைத் திறக்கவில்லை. எனக்கு அப்பாவை மிகவும் பிடிக்கும்.

வாராவாரம் அப்பாவோ, அம்மாவோ வந்துவிடுவார்கள் கோவையில் செல்வராஜா மில்லிற்கு அருகில், பாப்பம்பட்டிப் பிரிவிலிருக்கும் எனது அப்பாவின் தங்கையின் வீட்டிற்கு. அவர்கள் வரும் அன்றைய தினம்தான் எனக்குச் சற்று ஓய்வும் நிம்மதியும். பாத்திரங்கள் கழுவும் வேலை அன்றைக்கு அம்மாவுடையதாகிவிடும். அம்மாவிற்கும் அப்பாவிற்கும் இடையில், சிறுமுகையில் பிரச்சனை ஓடிக்கொண்டுதானிருந்திருக்கிறது. அப்பாவின் நண்பர்களுக்கே அப்பாவின் நடவடிக்கையில் ஒவ்வாமை இருந்திருக்கிறது.

அப்பாவின் மைத்துனர் பூபாளன் ஒருநாள் குடியின் உச்சத்திலிருந்தார். அன்று நல்ல மழை. இரவில் பாத்ரூம் போக வெளியேவர, "மழையில் நனைய உனக்கு அவ்வளவு விருப்பமா?" என்று சைக்கிளில் தண்ணீர் எடுக்கப் பயன்படுத்தும் கயிற்றால் என்னை விளாசிவிட்டார். ரத்தம் கந்திப்போய்விட்டது. அப்போது,காலாண்டு விடுமுறை வந்தது. சிறுமுகை வீட்டிற்கு விடுமுறைக்கு வந்தேன். குளிக்கவைக்க அம்மா என்னை அழைக்க, நான் மறுத்தேன். இருந்தும், அம்மா பிடிவாதமாக என்னைக் குளிக்கவைக்க பாத்ரூமிற்குள் இழுத்துச் சென்றுவிட்டாள். எனது முதுகு முழுவதும் வாரைவாரையாக இரத்தம் சிம்பிக்கிடந்ததைப் பார்த்ததும் அம்மா கதறிவிட்டாள். "அழாதேம்மா, நான் இனி வரமாட்டேன். அங்கேயே செத்துடுவேன். அப்பாகிட்ட மட்டும் சொல்லிடாதே. அத்தை என்னை ஒருவழி பண்ணிவிடுவார்" என்று அழுதேன்.

ஒரு குழந்தைக்குப் பாதுகாப்பையும் தன்னம்பிக்கையையும் அளிப்பது அன்னையின் மடியும் தந்தையின் அணைப்பும்தான். இரண்டிலொன்று மறுக்கப்பட்டாலும் சிறகு முறிபட்ட பறவை நிலைதான் வாழ்க்கை!

ராம்குமார் மாமாவும், சுதாகர் மாமாவும் என்னைப்பார்க்க பாப்பம்பட்டிப் பிரிவு வீட்டிற்கு வருவார்கள். வரும்போது திண்பண்டங்கள் நிறைய வாங்கிவருவார்கள். வீட்டுத் திண்ணையைத் தாண்டி அவர்கள் ஒருபோதும் உள்ளே வந்ததேயில்லை. திண்ணையிலேயே அமர்ந்துகொள்வார்கள். வாங்கிவந்திருக்கிற திண்பண்டங்களைப் பிரித்து எனக்கு ஊட்டிவிடுவார்கள். அந்த வீட்டின் ஓனரம்மா நல்லவர்கள். அங்கு எனக்கு நடப்பதைப் பற்றி மாமாக்கள் இருவரிடமும் சொல்லிவிட்டார்கள். அன்றுமுதல், வாரத்தில் ஒருமுறையாவது அவர்கள் வருவது என்றானது. அவர்கள் வரும் அன்று எனக்குச் சற்று நிம்மதியாகவிருக்கும். அவர்கள் சென்றதும் திண்பண்டங்கள் எல்லாம் இரவுக் கச்சேரிக்கு சைடு டிஸ் ஆகிவிடும். அவர்கள் வருவது ஒருவகையில் இரவுக் கச்சேரிக்காரர்களுக்கும் கொண்டாட்டம்தான்.

ஒருமுறை சுதாகர் மாமாவும், ராம்குமார் மாமாவும் வந்தபோது நான் அடிவாங்கி அழுதுகொண்டிருந்தேன். மூர்த்தியின் நோட்டில் அவன் எழுதாமல் விட்டிருக்கிற தாள்களைக்கொண்டு, அப்பாவின் தங்கை ஒரு ரஃப் நோட்டை எனக்குத் தைத்துத் தந்திருந்தாள். ஸ்கூல் பேக்கிற்குள் வைத்து எடுக்கும்போது ஒரு தாள் கிழிந்துவிட்டது. அதற்குத்தான் அந்த அடி. விஷயத்தைக் கேட்டதும் மாமாக்கள் இருவருக்கும் கோபம் வந்துவிட்டது. அடுத்தமுறை வரும்போது ராம்குமார் மாமா நூறு புதிய நோட்டுகளை எனக்காகக் கொண்டுவந்தார். "இனி நிவிக்கு தினமும் ஒரு புதிய நோட்டை எழுதக்கொடுங்கள்" என்று சொல்லிச் சென்றார். "கோவை பேப்பர்ஸ்" ராம்குமார் மாமா மற்றும் சுதாகர் மாமா இருவருடைய பார்ட்னர்ஸிப் கம்பெனி. பின் வந்த வாரங்களில், திண்பண்டங்களோடு சேர்த்து எழுதுவதற்கான நோட்டுகள் குறைந்தபட்சம் ஒரு ஐம்பதாவதும், விதவிதமான பேனா, பென்சில் பாக்ஸ்கள் மற்றும் ரப்பர்கள் என்றும் அவர்கள் எனக்காக எடுத்து வருவார்கள். எனது அப்பாவின் மைத்துனர் பூபாளன் நோட்டுப் புத்தகங்களோடு சேர்த்து அவைகளையும் விற்றுவிடுவார்.

ஒருநாள் எனது அப்பா மதியமே வந்துவிட்டார். வீட்டில் அப்பாவின் தங்கையும் இல்லை. அந்த வீட்டின் ஓனரம்மா, "ராஜா, உன் கொழந்தையைப் பேசாம எங்காவது கூட்டிட்டுப் போயி, மண்ணுமறைவு பண்ணிடு. அவெஇங்கெபடறெ கொடுமையெ எங்களாலெ பார்க்க முடியலெ" என்றிருக்கிறார். அப்பா நேராக ஆர்.வி.எஸ். பள்ளிக்கே வந்துவிட்டார்.

மூர்த்தியைத்தான் நேராகப் போய்ப்பார்த்தார் அப்பா. சாம்பார் சாதம் சாப்பிட்டுக்கொண்டிருந்தான் அவன். பின்னர், என்னைப் பார்க்க வந்தார். நான் வாத்தியார் மாமாவோடு இருந்தேன். அவர்தான் தினமும் எனக்கு அவருடைய டிபன் பாக்ஸிலிருந்து அவருக்கென கொண்டுவந்திருப்பதை என்னோடு சேர்ந்து பகிர்ந்துண்பார். அன்றும் அப்படித்தான், அவருடன் சேர்ந்து அவருடைய உணவைச் சாப்பிட்டுக்கொண்டிருந்தேன். ஒரு துளி அன்பிருந்தால், அது விஷமென்றாலும் சாப்பிடும் மனநிலைதான் அப்போது. வாத்தியார் மாமாவோ அன்னத்தில் அன்பைக் குழைத்து, அவர் மட்டும் அரைப் பட்டினியோடு

கிடப்பார். "என்னடா சாப்பிட்டுட்டு இருக்க?" என்று அருகே வந்த அப்பாவிடம், வாத்தியார் மாமா டஸ்ட்பின்னைக் காட்டினார். அதில், நான் வழக்கமாகக் கொண்டுவரும் வறண்ட இட்லி, இட்லிப் பொடியோடு கிடந்தது.

"சார், உங்களுக்கு இருக்கறது ஒரேயொரு பொண்ணு —அப்போது எனது தங்கை பிறந்திருக்கவில்லை— இப்படியா கண்மூடித்தனமா நம்பி விட்டுட்டுப் போயிடுவீங்க. எனக்கு அடுத்த மாதம் கல்யாணம். நானும் எனது வருங்கால மனைவியுமா சேர்ந்துவந்து உங்களைப் பார்த்து 'பேசாம உங்க பொண்ணை எங்களுக்குத் தத்துக் கொடுத்திடுங்கண்ணு' கேட்கலாம் என்று இருந்தோம்." என்றாரவர், எனது அப்பாவிடம். அன்றே, அப்பா எனது டி.சி.—யை வாங்கிவிட்டார்.

"அவெ சொல்றான்னு எல்லாத்தையும் நம்பறியா?'' என்று எவ்வளவோ ஆடிப்பார்த்தார் அவரது தங்கை. அப்பா எதனையும் கேட்டுக்கொள்ளவில்லை. என்னைச் சிறுமுகைக்கு அழைத்து வந்துவிட்டார். மூர்த்தி சிறுமுகையில் படித்துக்கொண்டிருந்தபோது, வாராவாரம் அங்கு வரும் புஷ்பா அத்தையின் முகம் வேறு. கோவை, ஆர்.வி.எஸ்.—சில் அத்தையின் வீட்டில் தங்கி நான் படித்தபோது அத்தை என்னிடம் காட்டிய முகம் வேறு. அத்தைக்கு அதுபோல், அநேகமுகங்கள் இருப்பதை நான் அறிய அங்கு நேருந்தோறும் அதிர்ந்தடங்குவேன். பாப்பம்பட்டிப் பிரிவு புஷ்பா அத்தை வீட்டு வெறும் மூன்றுமாத வாழ்க்கை, இன்று நினைத்தாலும், நான் பதட்டமாகும்படியான ஒன்று!

பெற்றோர்களுக்கு முன் ஒரு முகமும், அவர்கள் இல்லாதபோது இன்னொரு முகமுமெனக் காட்டும் உறவுகள், ஒவ்வாமை என்றே மனதின் ஆழத்தில் படிந்துகிடக்கிறார்கள். தூரத்து உறவு என்று இன்று அறிமுகமாகுபவர்கள்கூட, உள்ளூற ஒருவிதப் பதட்டத்தையேக் கிளர்த்துகிறார்கள். பிறந்த யானைக் குட்டியொன்றை, மொத்த யானைக் கூட்டமும் சேர்ந்து வளர்க்கின்றது. குட்டிக்கு ஆபத்து நேரக்கூடும் என்ற அச்சம் எழும்போது, மொத்த யானைகளும் சேர்ந்து அமைக்கும் அந்த அரண் காண, கண்கள் இப்போதும் பனிக்கிறது.

3. இன்பச் சுற்றுலா

மீண்டும் சிறுமுகை. அப்பாவின் ஸ்நேகிதர்கள், விநாயகர் கோவில் தாத்தாக்கள், மேட்டுப்பாளையம் மீன்கடை, ரவி மாமாவின் ஆப்பமும் மீன்குழம்பும் என ஒரு வாரம் ஒரே கொண்டாட்டம் மட்டும்தான். மூன்றுமாத இடைவெளி தந்த வெறுமையைக் கொண்டாட்டத்தால் அடித்து விரட்டினோம். அப்பா எஸ்.ஐ.வி.—யில் மீண்டும் என்னைச் சேர்க்கும் முயற்சியிலிருந்தார்.பள்ளியில்,காலாண்டு முடிந்து அரையாண்டிற்கானப் பாடத்திட்டம் போய்க்கொண்டிருந்தது. 'மீண்டும் சேர்க்கமுடியாது, என்று சொல்லிவிடுவார்களோ' என்று ஏழு யூனியன் தலைவர்கள், விஸ்கோஸின் பிரசிடண்ட், மேலும்,எம்.எல்.ஏ. ரெக்கமண்டேஷனுக்கான முயற்சி என்று போய்க்கொண்டிருந்தது. ஆனால், எஸ்.ஐ.வி.—யில் சேர்த்துக்கொண்டபாடில்லை.

பாப்பம்பட்டிப் பிரிவிற்கு, என்னைப் பார்ப்பதற்காகச் சென்ற ராம்குமார் மாமாவும் சுதாகர் மாமாவும் நானங்கு இல்லாததை அறிந்து, நடந்த விஷயத்தை ராஜகோபால் மாமா மூலமாகத் தெரிந்துகொண்டு, என்னை மீண்டும் பள்ளியில் சேர்த்துக்கொள்ளச்செய்ய, அவர்களாகவே முயற்சி எடுத்தார்கள். ராம்குமார் மாமாவின் அப்பா சௌத் இண்டியன் விஸ்கோஸ் ஆயில்ப்ளான்ட்டின் ஜெனரல் மேனேஜர். விஸ்கோஸின் ரெயான் ப்ளான்ட்டின் ஹெட் ஆபிஸிலிருக்கும் ஸ்கூல் இன்சார்ஜரிடம்,ராம்குமார் மாமாவின் அப்பா பேச, பள்ளியிலிருந்து அன்று மதியமே என்னைவந்து சேர்ந்துகொள்ளும்படிச் சொல்லிவிட்டார்கள்.

*

எனது அம்மாவின் அப்பா V.S.கோவிந்தராஜ் தாத்தா டூர் சேர்ப்பார். அவரது வாழ்நாளில் இருபத்து ஒன்பது முறை டூர் கூட்டிக்கொண்டுபோயுள்ளார். சர்க்கார் புதூர், தீபாலபட்டி, பாப்பனூத்து, கொடிங்கியம், எரிசனம்பட்டி, சடையம்பாளையம், பூலாங்கிணறு, பூதனம், வேலூர், வாளவாடி பொன்னாலம்மன் சோலை, பொள்ளாச்சி என்று பல ஊர்களிலிருந்தும் ஆட்கள் அதில் வருவார்கள். அந்தமுறை ஐந்துநாள் டூர் ஒன்றை ஏற்பாடு செய்திருந்தார் தாத்தா. மேட்டுப்பாளையம் பத்ரகாளியம்மன் கோவில், ஊட்டி, மைசூர், சரவணபலகுலா, கட்டிலம்மன் கோவில், உடுப்பி கிருஷ்ணன் கோவில், மூகாம்பிகை, பெங்களூர், திருப்பதி என்று ஒரு பெரிய சுற்று. தாத்தாவிடமிருந்து தொலைபேசி அழைப்பில் தகவல் வந்ததும், அம்மா என்னையும் அழைத்துக்கொண்டு கிளம்ப, அப்பா எங்களைச் சர்க்கார் புதூரில் விட்டுவிட்டுவர, உடன் வந்தார்.

வழக்கமாக, நாங்கள் டூர் போக, சேலம் ஸ்ரீராம் டிராவல்ஸிலிருந்துதான் பேருந்து வரும். சந்திரன் அண்ணாதான் டிரைவராக எப்போதும் வருவார். ஏழுவயதிலிருந்து அந்த டிராவல்ஸில் பணிபுரிபவர் அவர். வண்டியில் அவருக்கு அருகிலேயே நான் உட்காருவதற்கென்று ஒரு இருக்கையை அவர் தயார் செய்துவிடுவார். நான் தூங்குவதற்கு வண்டிக்குள்ளேயே தொட்டில் ஒன்றும் கட்டித்தருவார். அந்தமுறை, அவர் ஒருமாதகால காசி டூருக்குப் போய்விட்டார். டூரைத் தள்ளிப்போடலாம் என்றால், மே மாதம்தான் டூருக்குப் போக இருக்கிற ஒரே வாய்ப்பு.

உடுமலை சாந்தா டூரிஸ்ட் ரங்கநாதன் தாத்தா, பெரியகுளம் வைரமணி டிரான்ஸ்போர்ட்டிலிருந்து ஒரு பேருந்தை அந்த முறை ஏற்பாடு செய்தார். அவர் "அந்த வண்டிக்கு ஓனரே இந்தமுறை டிரைவராக வருகிறார். பார்த்துப் போய்க்கங்க" என்றார், எனது தாத்தாவிடம்.

இரவு இரண்டுமணிக்குப்பேருந்து சர்க்கார் புதூர் வந்தது. வரும்போதே ஒரு பஞ்சாயத்து. வண்டியில் ஏதோ பிரச்சனை. "ஒருநாள் கழித்துக் கிளம்புவோமா?" என்றார் வண்டி ஓனர். "எல்லாரும் சாப்பாட்டுப்பார்சலோடு வந்தாகிவிட்டது.

‘நாளை’ எனத் தள்ளிப்போட்டா ஆட்கள் கலைந்து போகவும் வாய்ப்பு இருக்கு. மேட்டுப்பாளையம் போய்டுவோம். அங்கு பார்த்துக்கொள்வோம் எதுவென்றாலும்” என்றார் தாத்தா. வண்டி கிளம்பி, காலை ஏழு மணி சுமாருக்கு மேட்டுப்பாளையம் பத்ரகாளியம்மன் கோவிலைச் சென்றடைந்தது. “ஒரு ரெண்டுமணிநேரத்துலெ வந்துடுவோம். வண்டிலெ ஒரு சின்னப் ப்ராப்ளம்” என்று எங்களை அங்கேயே விட்டுவிட்டுக் கிளம்பிப்போனது பேருந்து. குளித்து முடித்து, காலை உணவு எடுத்தோம். மீண்டும் உறங்கி எழுந்து, காத்திருந்தோம். மதிய உணவும் முடிந்தது. வண்டி வந்தது,மூன்று மணிக்கு! எல்லோருக்கும் கோபம், வண்டி ஓனர் மீது. “மன்னிச்சுக்கங்க. டூர் போயிட்டு வந்த வண்டியை உடனே எடுத்திட்டு வரவேண்டியதாப் போயிடுச்சு. சரிபடுத்திட்டி வருவதற்குப் போதிய நேரமில்லெ. அதான் ...நீங்க பார்க்கணும்னு ப்ளான் போட்டிருக்கிற அத்தனை இடங்களையும் நான் காட்டறேன். என்னை ஓனர்னு பார்க்காதீங்க” என்றார் வண்டி ஓனர் வெங்கடேஷ் அண்ணா. எல்லோரும் சமாதானமானார்கள்.

ஊட்டி தாவரவியல் பூங்காவிற்கு வெங்கடேஷ் அண்ணா எப்படிக் கொண்டுபோய்ச் சேர்த்தார் என்றே தெரியவில்லை. வண்டி செம வேகம். பின் கூடலூர் வழியாக மைசூர். போகிற வழியில், பெரிய டிராபிக் ஜாம். ரோட்டில் யானை நிற்கிறதாம். மைசூரிலிருந்து வரும் வண்டிகள் மட்டும் எங்களைக் கடந்துபோய்க்கொண்டே இருக்கிறது. இங்கிருந்து போகும் வண்டிகள் மட்டும் நகருவதாக இல்லை. பொறுத்துப் பார்த்த வெங்கடேஷ் அண்ணா, வண்டியைக் கிளப்பி ஓவர் டேக் எடுத்தார். இரண்டு பக்கமும் யானைகள். மொத்தம் பத்துக்கும் மேல். எங்கள் வண்டி யானைகளைக் கடந்ததும், எங்களைத் தொடர்ந்து மற்ற வண்டிகளும் வரத்துவங்கின. அதில் வந்திருந்த ‘நண்பர்கள் சுற்றுலா’ வண்டி டிரைவர்களும் கிளீனர்களும் வெங்கடேஷ் அண்ணனுக்கு நண்பர்களாகிவிட்டார்கள். வெங்கடேஷ் அண்ணனுக்கு வண்டி ரூட் தெரியாது. அதிர்ஷ்டவசமாக ‘நண்பர்கள் சுற்றுலா’—வின் டூர் ப்ளான் எங்களோடு ஒத்துப்போக, இரண்டு வண்டிகளுமாகவே அந்த டூரை நிறைவு செய்தோம்.

அந்த டூரில் ஏகப்பட்ட சுவாரஸ்யங்கள். தாத்தா ஏற்பாடு செய்திருந்த டூரில், உடுமலைப்பேட்டையிலிருந்து மாதவி என்கிற பெண்ணொருவர் எனது தந்தையின் ஏற்பாட்டின்படி வந்திருந்தார். சர்க்கார் புதூரில் வண்டி கிளம்புவதற்கு முன்பே அவரால் சலசலப்பு ஏற்பட்டது. வேறொன்றுமில்லை, டூருக்குப் போகும்போது அப்பா என்னையும் அம்மாவையும் கொண்டுவந்து விட்டுவிட்டுப்போவதோடு சரி. செலவுக்கென்று எப்போதும் தரமாட்டார். எங்களுக்கு எல்லாமே தாத்தாதான். அந்தமுறை அந்தப் பெண்ணிற்கு அப்பாதான் டூர் கட்டணம் கட்டினார். போதாததற்கு கைச்செலவுக்கென்று கொஞ்சம் பணத்தையும் எடுத்து அந்தப் பெண்ணிற்குக் கொடுத்திருக்கிறார். அதைச் சிலர் பார்த்துவிட்டிருக்கின்றனர். "கோவிந்தராஜ் ஐயா இப்படியொரு மருமகனை எடுத்திருக்கிறாரே" என்று அரசல் புரசலாக இருந்தது வண்டிக்குள்.

மைசூரில் ஹோட்டல் ஒன்றில் சாப்பிட்டோம். கூட வந்திருந்த பத்துப் பதினைந்து பேரிடமும் சாப்பிட்டதற்கானத் தொகையை வாங்கி, தான் மொத்தமாய்க் கட்டிவிடுவதாகச் சொல்லிவிட்டு, கட்டாமல், பேருந்திலேறி அமர்ந்துவிட்டார் அந்தப்பெண். ஹோட்டல்காரர், பதினைந்து பேருக்கானப் பில் கட்டப்படாதிருக்க, வெங்கடேஷ் அண்ணாவை அழைத்துச் சொல்லியிருக்கிறார். வெங்கடேஷ் அண்ணா அந்தப் பதினைந்துபேரிடமும் விசாரிக்க, அவர்கள் "டூரிலெ, நம்மகூட வந்த மாதவிகிட்ட காசக்கொடுத்திட்டமே" என்று கூற, வெங்கடேஷ் அண்ணா மட்டும் பேருந்திற்குப் போய் அவரிடம் கேட்டிருக்கிறார். அவர் மழுப்ப, "ஹோட்டல்காரங்க போலீஸக் கூப்பிட இருக்காங்க" என்றிருக்கிறார். உடனே அந்தப் பெண், "சாரிங்க, மறந்துட்டேன்." என்று இறங்கிவந்து, ஹோட்டலில் கட்ட வேண்டியத் தொகையைக் கட்டினார். அவர் தொகையைக் கட்டுகிற வரைக்கும் நாங்கள் அனைவரும் ஹோட்டலிலேயே இருந்தோம்.

தீபாலபட்டியிலிருந்து ஒரு தாத்தா வந்திருந்தார். பொக்கைவாய். பெங்களூரில் இறங்கி நாங்கள் ஐஸ் வாங்கிச் சாப்பிட்டுக்கொண்டிருந்தோம். தீபாலபட்டியைச் சேர்ந்த ராகவன் மாமா, அந்தத் தாத்தாவிடம், "ஐஸ் வேணுமா

தாத்தா" என்று கேட்க, தாத்தாவும் "வேணும்" என்றிருக்கிறார். தாத்தாவிடமிருந்து பத்துப்பைசாவை வாங்கி, தாத்தாவுக்கு ஒரு டியூப் ஐஸை ராகவன் மாமா வாங்கித்தர, தாத்தா, டியூப் ஐஸின் இருமுனைகளிலும் உறிஞ்சி உறிஞ்சிப் பார்த்திருக்கிறார். அவருக்குக் கோபம் வந்துவிட்டது. "என்னடா ஐஸை வாங்கித் தந்திருக்க? உறிஞ்சா எதுவும் வரமாட்டேங்குது. என் காசைத் திருப்பி வாங்கிக்குடுடா" என்க, ராகவன் மாமா "தாத்தா, டியூப் ஐஸின் முனையைக்கடிங்க. ப்ளாஸ்டிக் கவர் கிழிபட, ஐஸ் வரும். அப்பறமா சாப்பிடுங்க" என்று சொல்ல, "பல்லு இல்லாத நா எப்படிடாக் கடிப்பேன்" என்று தாத்தா மாமாவைத் துரத்த, இருவருமாய் மரத்தைச் சுற்றிச் சுற்றி ஓடிக்கொண்டிருந்தார்கள்.

திருப்பதியில் தரிசனம் முடிந்து எல்லோரும் பேருந்துக்குவர, ஒருவர் மட்டும் மிஸ்ஸிங். சாலையூர் தாத்தா! எல்லோரும் அவரைத் தேடுகிறார்கள். ஒரு குழு, மீண்டும் மலைக்கு மேலே போகிறது. ஒரு குழு, அடிவாரத்தைச் சல்லடைபோடுகிறது. அவரைக் காணவில்லை. கோவிந்தராஜ்தாத்தா, "எல்லோரும் கிளம்பிப்போங்க, அவர் இல்லாமல் நா வரமுடியாது. சாலையூர் போய், அங்கு அவர் இருந்தா எனக்குத் தகவல் சொல்லி அனுப்புங்க. அதுவரைக்கும் நான் இங்க அவரைத் தேடிக்கிட்டு இருக்கிறேன்" என்றார். சாலையூர் சேர்மன் தாத்தாவின் மனைவி, "நாங்கதான் அவரைக் கூட்டிக்கிட்டு வந்தோம். அத்தனைபேர் சொல்லியும் அவர் தனியாளா கீழ இறங்கி வந்திருக்கார். இப்ப அவரைக் காணோம். நீங்க எங்களோட கிளம்புங்க. இல்லைனா ஆகறெ செலவு ஆகட்டும். நாம எல்லாருமா இங்கயே இருந்து அவரைத் தேடுவோம். ஆனா ஒண்ணு, அவரோட பசங்க எம்பேச்சக் கேட்பாங்க. நா எடுத்து சொல்லிக்கறேன். உங்களை யாரும் எதுவும் சொல்லாமெ நா பாத்துக்கறேன். நீங்க வாங்கண்ணா" என்று சொல்ல, தாத்தா அரைமனதோடு கிளம்பினார்.

சாலையூர் வர, சாலையூர் தாத்தா பஸ் ஸ்டேண்டில் எங்களுக்காகக் காத்துக்கொண்டிருந்தார். அவருடைய பசங்கள் எல்லோரும் அவரைச் சகட்டுமேனிக்குத் திட்டியிருக்கிறார்கள். எனது தாத்தாவைப் பார்த்ததும் சாலையூர் தாத்தா ஓடிவந்து கையைப் பிடித்துக்கொண்டார். "தெசை தெரியாமப்

போச்சுண்ணா, மன்னிச்சுக்கிடுங்க” என்றார். மொத்தத்தில் ஐந்து நாள் டூர், அம்முறை, நான்கு நாட்களிலேயே முடிவுற்றது.

அறுபது பேரில் இருபது பேராவது இருக்கும் வெங்கடேஷ் அண்ணாவோடு சர்க்கார் புதூரிலேயே தங்கிவிட்டனர். சேமியா செய்து சாப்பிட்டுவிட்டு, இரவு வெகுநேரம் அரட்டை. எப்போது தூங்கினார்கள் என்று தெரியவில்லை.வெங்கடேஷ் அண்ணா இப்போதுவரைக்கும் எங்களுக்குத் தொடர்பில்தான் இருக்கிறார். அவரது குடும்பமும்.

பயணம்... எனக்கு எப்போதுமே பிடித்தமான ஒன்று. புதிய புதிய இடங்கள், புதிய புதிய மனிதர்கள், புதிய புதிய அனுபவம். உலகம் நம் வீட்டோடு, தெருவோடு, ஊரோடு முடிந்துவிடுவதில்லை. அது மிகப் பிரம்மாண்டமானது, ஒருபோதும் பிடிபடாதது என்பதை அழுந்தச் சொல்லி என்னைச் சிலிர்க்கவைப்பது. பயணம் தரும் உற்சாகம், நமது பார்வையில் அது நிகழ்த்தும் விசாலம் என்று வாழ்விற்குள் அர்த்தத்தையும் அழகையும் அள்ளி இறைப்பது அது. ஒவ்வொரு பயணமும், தன்னுள் அநேக நினைவுகளைக் கோர்த்துக்கொண்டு, நினைக்கும்தோறும், நட்சத்திரக் கூட்டங்களைப்போல மினுங்கி,எனது இரவுகளைஎன்றும் இதமாக்குபவை.

4. ஒற்றைச் சொல் மந்திரம்

"பள்ளி ஆண்டுவிழாவில் நடன நிகழ்ச்சிக்குப் பெயர்கொடுக்க விருப்பமுள்ளவர்களெல்லாம் கையை உயர்த்துங்க"

ஹிந்தி டீச்சர் சாந்தியின் குரல் அவ்வளவு இனிப்பாய் இருந்தது அன்று. ஹிந்தியும் கணிதமும் கம்பு சுழற்றி அறைகூவல் விடுக்க, நிராயுதபாணியாக விழிபிதுங்கி நிற்கும் மூன்றாம் வகுப்பு மாணவிக்கு முன், விடுதலையின் பரவசத்தை அளிக்கும் ஓர் அற்புத அழைப்பு அல்லவா அது. கையை உயர்த்தினேன். உயரம் சற்று குறைச்சல் என்பதனால் ஒருவேளை தெரியாமல் போய்விட்டால்.... எழுந்தே நின்றுவிட்டேன்.

பாட்டு, டேன்ஸ் எல்லாம் அத்துப்படியா என்றால், அதுதானில்லை. எனக்கு மூன்று வயது இருக்கும்போது பக்கத்து வீட்டுக் கவிதா அக்காவும், தேவி அக்காவும் பரதம் கற்றுக்கொண்டிருந்தார்கள். அவர்கள் கற்ற அடவுகளை, வீட்டில் பயிற்சி செய்யும்போது பக்கத்திலிருந்து பார்த்துத் 'தையத்தக்கா' போட்ட அனுபவம் மட்டுமே எனக்கென இருந்தது.

ஒருவகையில் எனக்குப் பெரியப்பா முறையாகும் புருஷோத்தமன் பெத்தப்பா, "தேவியும் கவியும் போற டேன்ஸ் க்ளாசிற்கே பிட்டாவையும் சேர்த்துடலாம். அவளையும் அழைத்துக்கொண்டுபோய், திரும்பவும் நானே அழைத்துவந்து வீட்டில் விட்டும்விடுகிறேன். அவளுக்கும் பரதம் கத்துக்க ஆர்வம் இருக்கும்போல" என்றார். வீட்டில் இருந்தால் ரவுசு தாங்காது. கூட ரெண்டுவீட்டிற்குப்போய் கதையடிக்க நல்லதொரு வாய்ப்பு

என்று அம்மாவும் அடம்பிடித்து, என்னை அனுப்பச்சொல்லிக் கேட்க, அப்பா ஆசிர்வதித்தார்.

நந்தினி டீச்சர் வீட்டிற்கு பெத்தப்பா, பெத்தம்மா, கவிதா அக்கா, தேவி அக்கா எனப் பரிவாரங்கள் சூழ, தெருவில் தையத்தக்க தையத்தக்க போட்டபடியே போனேன்.

"ரொம்பச் சின்னப் பொண்ணா இருக்காளேண்ணா" என்றார் நந்தினி டீச்சர். பெத்தப்பா சற்றே யோசிக்க, "டீச்சர், நா டேன்ஸ் நல்லா ஆடுவேன். கத்துக்குவேன். பாருங்க..." என்று சொல்லி, அன்றே சந்திரமுகி போல விழிகளிரண்டையும் விரல்களிடை உருட்டி உருட்டி தையத்தக்க போட்டுக்காட்டினேன். நந்தினி டீச்சர் மறுத்துப் பேசாது சம்மதம் சொன்னார். தாம்பூலத் தட்டில் ஒரு தேங்காய், ரெண்டு வாழைப்பழம், வெத்தலை பாக்கு, பூ, ஐம்பது ரூபாய் காணிக்கையோடு ஒரு நல்லநாள் பார்த்து வரச்சொல்லி எங்களை அனுப்பிவைத்தார்.

"சேர்க்கும்போது என்ன என்னவெல்லாம் கொண்டு வரணும்னு சொன்னாங்க" என்று அப்பா பெத்தப்பாவிடம் கேட்க, "பிட்டா கிட்டயே கேளுப்பா. வழியெல்லாம் அவெ அதெத்தான் சொல்லிக்கிட்டே வந்தா" என்றாரவர் சிரித்தபடி.

"அப்டியா, என்னம்மா சொன்னாங்க ?" என அப்பா என்னிடம் கேட்க, "ரெண்டு தேங்கா, ஒரு வாயப்பயம், மித்தாயி, பொறிகடலை, வெத்தலை, ஆக்கு, பிப்பத்தி ருபீஸ்ஸ்ஸ்..." என எச்சில் தெறிக்க நான் சொல்லச்சொல்ல வெடித்துச் சிரித்தார் அப்பா. அப்புறம் என்ன... தெருவுக்கே என்னுடைய "பிப்பத்தி ருபீஸ்ஸ்ஸ்" ஃபேமஸ் ஆகிவிட்டது. மில் பூபால் மாமா அவரோடு நிற்காமல், கார் போட்டு அத்தையையும், குழந்தைகளையும் கூட்டிக்கொண்டுவந்து என்னுடைய 'பிப்பத்தி ருபீஸ்ஸ்ஸ்"—ஸைக் கேட்க வைத்தார்.

நல்லநாட்கள் அடுத்தடுத்து வந்தாலும், "பிப்பத்தி ருபீஸ்ஸ்ஸ்" மட்டுமே நாளும் அரங்கேறியது. ஹிந்தி டீச்சர் டேன்ஸ் நிகழ்வுக்குப் பெயர் சேர்க்கக் கையை உயர்த்தச் சொல்ல, ஐந்து வருடங்களுக்குப் பின்னரும்கூட, நான் எழுந்தே நின்றதென்னவோ ஓரளவு நடனத்தின்மீது எனக்கிருந்த ஆர்வத்தின் அடிப்படையிலும்தான்.

“என்ன ... நீ கலந்துக்கப் போறியா ?” எனக் கேட்டார் ஹிந்தி டீச்சர். “ஆமாம் மிஸ்” என்றேன். அலட்சியமாக ஒரு பார்வை பார்த்துவிட்டு “நல்ல கலராவும், டேன்ஸ்லெ ஆர்வமும் இருக்கறவங்கெ மட்டும் கையை உயர்த்துங்க” என்றார் பிறகு. சுற்றி அமர்ந்திருந்த மாணவ, மாணவிகளின் சிரிப்பால் அதிர்ந்தது அவ்வறை. மனம் சுண்டிப்போக, கண்களில் நீர் பனிக்க எனதிருக்கையில் உயர்த்திய கையைத் தாழ்த்தியபடி தளர்ந்து அமர்ந்தேன்.

*

மதிய உணவு இடைவேளைக்குப் பின் வகுப்பறைக்கு அன்று சற்று முன்னரே சென்றுவிட்டேன். ரஞ்சித்தும் கௌதமும் எதையோ நெஞ்சைக் குத்திப் படித்துக்கொண்டிருந்தார்கள். எனது வருகையை அவர்கள் கண்டுகொண்டதாகவே தெரியவில்லை. ‘என்னவாக இருக்கும், மதியம் ஒப்புவிக்க எதனையேனும் அசைன்மெண்ட்டாகக் கொடுத்திருக்கிறார்களோ’. யோசித்துப் பார்த்தேன். ஒன்றும் பிடிபடவில்லை. சற்றுக் கூர்ந்து கவனிக்க, அவர்கள் படித்துக்கொண்டிருப்பது திருக்குறளைப் போலத் தெரிந்தது. என்ன நினைத்தார்களோ என்னவோ, இருவரும் என்னருகில் வந்து, படித்த திருக்குறள்களை என்னிடம் ஒப்பிக்க, அதனைச் சரியாக இருக்கிறதா என்று திருக்குறள் புத்தகத்தோடு ஒப்பிட்டு என்னைக் கவனிக்கச் சொன்னார்கள். நானும் “சரி” என்றேன்.

இருவரும் மாறிமாறி ஒப்பிக்க, எனக்கே ஓரிரு குறள்கள் மனனம் ஆகிவிட்டன. ‘பரவாயில்லையே. நாமும் பெயர் கொடுத்திருக்கலாமோ’ என்று எண்ணிக்கொண்டேன். டேன்ஸ் நிகழ்வில் பெயர்சேர்க்கும் படலம் ஒரு விவகாரமாகிப்போன சூடுவேறு தணிந்திருக்கவில்லை. இருந்தும் ஒரு எண்ணம்,‘இவ்வொப்புவித்தல் நிகழ்விலாவது கலந்துகொள்வது’ என்று. தீர்மானித்தேன். மனதிற்குள் பதிந்த குறள்களைச் சத்தமின்றி மனதிற்குள்ளாகவே அசைபோட்டேன். கௌதமும் ரஞ்சித்தும் அடுத்து மேலும் சில குறள்களோடு வர, எனக்கு மேலும் இரு குறள்கள் மனப்பாடமாகிப்போயின. மொத்தம் பத்துக் குறள்கள். நான்கு மனப்பாடமாகிவிட்டன. பார்ப்போம். காத்திருந்தேன். வகுப்பு துவங்குவதற்கான மணி அடிக்கப்பட்டுவிட்டது.

அன்றும் முதல் பீரியட் ஹிந்தி. காந்திமதி டீச்சர் ஏதோ கடுகடுப்பில் இருந்தார். ஆபத்பாந்தவனாக ஸ்கூல் பியூன் அண்ணா வந்து, திருக்குறள் ஒப்புவித்தலுக்குப் பெயர் கொடுத்தவர்களையெல்லாம் மீட்டிங் ஹாலிற்குப் போகச் சொன்னார். கௌதம், ரஞ்சித்தோடு நானும் எழுந்தேன். "நீயுமா?" என்றார் ஹிந்தி டீச்சர் காந்திமதி. "ஆமெனத்" தலை அசைத்தேன். "போ" என்றார். அவ்வளவுதான் சிட்டாய்ப் பறந்தேன்.

மீட்டிங் ஹாலில் ஓரளவிற்கு மாணவ, மாணவியர் கூட்டம். கணக்கு டீச்சர் அனுராதா மேடம் அவ்வறைக்குள் நுழைந்தார். அவருக்கும் நமக்கும்கூட ஏழாம் பொருத்தம்தான். 'என்ன செய்வது....?' யோசித்தபடி நின்றேன். எல்லோரும் "குட் ஆப்டர்நுன் மேம்" சொல்லி அமர்ந்துவிட, நான் மட்டும் நின்றபடியே இருந்தேன்.

"நிவேதிதா, நீ என்ன இங்கே? இங்க என்ன நடக்குதுன்னு உனக்குத் தெரியுமல்ல?" என்றார். "தெரியுமுங்க மேடம். திருக்குறள் ஒப்புவித்தல்" என்றேன். "திருக்குறளை எழுதியவர் யார்? " என்று கேட்டார். "திருவள்ளுவர்" என்றேன். "திருக்குறளுக்கு இன்னொரு பெயர் இருக்கிறது. அது என்ன?" என்று திரும்பவும் ஒரு கேள்வியைக் கேட்டார். "உலகப் பொதுமறை" என்றேன். "சரி, உட்கார்" என்று சொல்லிவிட்டு, ஒவ்வொருவராகப் பெயர் சொல்லி அழைத்தார். எனதுமுறை வந்தது. நான்கு குறள்களைத் தெளிவாகவும், மேலும் ஒரு குறளைச் சற்றுத் தடுமாற்றத்தோடும் சொல்லிமுடித்தேன். "பரவாயில்லையே, குட்" என்றார். முதல் பாராட்டு! இனம்புரியாத சந்தோஷம். வெட்கி அமர்ந்தேன். இப்போதும் கண்கள் சற்றே பனித்திருந்தது.

ஒரு சொல், சிறகை முறிக்கிறது; ஒரு சொல், ஓராயிரம் சிறகுகளைப் பூட்டுகிறது. ஒரு சொல்லை, 'வெறும் சொல்' என்று, ஒருபோதும் கடந்துவிட முடியாதுபோலும்!

அந்த ஆண்டு, பள்ளி ஆண்டு விழாவில் மொத்தமாக நான்கு பரிசுகள். திருக்குறள் ஒப்புவித்தலில் வகுப்பளவில் மூன்றாம் பரிசு. லெமன் அண்ட் ஸ்பூன், சாக்குப் போட்டி, ஓட்டப் பந்தயம் எனப் பிற. டம்ளர், தட்டு எனப் பரிசுப் பொருட்களோடு வீட்டிற்கு வந்தேன். சும்மா சொல்லக்கூடாது, அம்மா அன்று நிஜமாகவே

தனது சந்தோஷத்தை வீடுவீடாகச் சென்று பகிர்ந்துகொண்டாள். ‘அப்பாவிடம் அம்மா சொன்னாளா?’ என்று தெரியவில்லை. நானும் எதுவும் அவரிடம் கூறவுமில்லை.

எனது படிப்பு என்று வருகிறபோது, அப்பாவுக்கு அதில் அக்கறை என்றுமே இருந்ததில்லை. எது கேட்டாலும் வாங்கித்தரும் அப்பா, எனது படிப்பு விஷயத்தில் போதிய கவனம் செலுத்தவில்லை. அதற்குக் காரணம் இல்லாமல் இல்லை. நான் ஓர் ஆவரேஜ் ஸ்டூடண்ட்! வீட்டில் புழங்கு மொழியாகத் தெலுங்கு இருந்தது. பள்ளியில் பயிற்று மொழியோ ஆங்கிலம். எனக்குப் பாடங்களை உள்வாங்கிக்கொள்வதில் சிரமம் இருந்தது. எனக்கிருந்த மொழியின் அடிப்படையிலானச் சிக்கலைப் பள்ளியும் சரி, வீடும் சரி கருத்தில் கொள்ளவேயில்லை. எது தமிழ், எது தெலுங்கு, எது ஆங்கிலம், எது இந்தி? என்றறியாது, எல்லாவற்றையும் கலந்துகட்டி, எல்லாவற்றிலும் ஆவரேஜ்ஜாகவே இருந்தேன். “புரியாமை” எனது குறைபாடெனத் திரும்பத் திரும்பச் சொல்லப்படும் தருணங்களில், கொள்ளும் குற்றவுணர்வுக்கு அளவேயில்லை. படிப்பு உவப்பில்லாத ஒன்றானது அப்போது. “கேட்டுக் கேட்டு வாங்கிச் சாப்பிடறெ, படிக்கச் சொன்னாமட்டும் கசக்குதா?” என்று திட்டுவாங்கும்போதெல்லாம் மனம் கசந்துபோகும். ‘ஆவரேஜ் ஸ்டூடண்ட் அப்படியெல்லாம் எதனையும் கேட்கக் கூடாதுபோலும்’ என்று நினைத்து, விழித்தேன். இருந்தும், அப்பாவின் நண்பர்கள் நான் கேட்காமலே எனக்கு வாங்கித் தருபவர்களாக இருந்தார்கள். அப்பாவும் ஆரியபவனுக்கும் ஐஸ்கிரீம் கடைக்குமான அக்கவுண்ட்டை தவறாது செட்டில் பண்ணத்தான் செய்தார். அப்பாவை எனக்கு அவ்வளவு பிடிக்கும்!

5. விட்டு விடுதலையாகி...

அப்பாவின் கைமீது தலைவைத்துத் தூங்குவது எனக்குப் பிடிக்கும். ஒருநாள் இரவு விழிப்பு வந்துவிட்டது. தலை, அப்பாவின் கைமீது இல்லை. திக்கென்றது. அருகில் பார்க்க, அவரில்லை. நெஞ்சடைத்துக்கொண்டது. அம்மாவை எழுப்பலாம் என்று கீழே பார்த்தேன். அப்பாவும் அம்மாவும் படுத்திருந்தார்கள். நல்ல உறக்கம் இருவருக்கும். ஏனோ அழுகை வந்தது. தலையணையைக் கீழே தட்டித்தள்ளிவிட்டுவிட்டு, இரவு முழுவதும் அழுதேன். அம்மாவின் மீது கோபம் கொப்பளித்தது. எப்போது தூங்கினேன் என்று தெரியவில்லை.

*

அம்மா வாமிட் எடுத்தாள். அப்பா அம்மாவைக் கோவைக்கு அழைத்துச் சென்றார். அப்பாவின் தங்கை அவர்களை ருக்மணி டாக்டரிடம் அழைத்துச்சென்றிருக்கிறார். சர்க்கார்புதூரிலிருந்து அடுத்த நாளே எனது பெரியம்மாவும் பெரியப்பாவும் வந்துவிட்டார்கள். பெரியம்மா அம்மாவிடம் கோபித்துக்கொண்டார்கள். எனக்கு ஒருவாறு விஷயம் விளங்கியது. அம்மா கர்ப்பமாயிருக்கிறாள் !

*

எனது அப்பாவின் தங்கையின் கணவர் பூபாளன், ஒரு லாரியை, அவருடைய நெருங்கிய நண்பர்களுடன் சேர்ந்து வாங்கியிருந்தார். வண்டிக்கு FC காட்டும் காலம் வர, அப்பா மேட்டுப்பாளையத்தில் இருக்கிற லாரி பைனான்சியரின் ஒர்க்ஸாப்பில் வைத்து வண்டிக்கு

FC பார்க்க வண்டியை எடுத்துவரச் சொல்ல, அவரும் வண்டியைக் கொண்டுவந்து விட்டுவிட்டு, "ராஜா, வண்டி டிரைவர் ராமராஜ் இங்கதான் இருப்பாரு. நீ ஷிப்ட் முடிந்ததும் தினமும் போய்ப் பார்த்துக்க. கோவையிலெ இருந்து நா தினமும் இங்க வராட்டி என்ன ...?" என்று சொல்லிவிட்டுப் போய்விட்டார்.

மாலை ஷிப்ட் முடிந்து வீட்டிற்கு வந்து, சாப்பிட்டுவிட்டு, இரவு உணவை டிரைவருக்கு எடுத்துக்கொண்டு மேட்டுப்பாளையம் லாரி ஒர்க்ஸாப்பிற்குப் போய்விடுவார் அப்பா. காலையில் இருவருமாக வீட்டிற்கு வருவார்கள். குளித்து முடித்து, காலை உணவிற்குப்பின் அப்பா கம்பெனிக்குப் போய்விடுவார். டிரைவர், மதிய உணவையும் சேர்த்து எடுத்துக்கொண்டு மேட்டுப்பாளையத்திற்குச் சென்றுவிடுவார். இப்படியே ஒரு பத்திருபது நாட்கள் போனது. வண்டியை விட்டுவிட்டுப் போனதோடு சரி. யாரும் திரும்பிக்கூடப் பார்க்கவில்லை. இடையில், "புது டயர் போட்டால் நல்லது. வண்டிக்கு நல்ல ஓட்டம் இருக்கு. ஆகற தொகையை ஒருவாரத்தில் கொடுத்திடலாம்" என்று அப்பாவின் மைத்துனர் சொல்ல, அப்பாவும் "ஆகட்டும்" என்றுவிட்டார். FC முடிந்தகையோடு டிரைவர் வண்டியை எடுத்துக்கொண்டு கோவைக்குக் கிளம்பிவிட்டார். வண்டிக்கு ஆன செலவுத்தொகை வரவேயில்லை. 'மைத்துனர் இருந்தாக் கொடுப்பாரல்ல...' என்று அப்பாவும் விட்டுவிட்டார். ஒர்க்ஸாப்பிலிருந்தும், டயர் கடையிலிருந்தும் ஆள் மாத்தி ஆள் வீட்டுக்கு வருவார்கள். அம்மாதான் பதில் சொல்லுவாள். அழுவாள். எத்தனை நாட்கள்தான் தவணை சொல்லமுடியும். மேட்டுப்பாளையம் இடத்தை விற்று அந்தக்கடனை அடைத்தார் அப்பா.

*

சிறுமுகையிலிருந்து அம்மாவின் பிரசவத்திற்காக சர்க்கார் புதூருக்கு இடம்பெயர்வது உறுதியானபோது, எனது மனதின் இறுக்கம் பெரிதும் தளர்ந்துபோனது. மாதேஸ்வரன் கோவில், செல்வ விநாயகர் கோவில் தாத்தாக்கள், வியாழக்கிழமை சந்தை, சமுதாயக்கூடம், விஸ்கோஸ் ஸ்டோர், சாலிடேட் யூனியன் ஆபீஸ், வி.பி. கேக் சாப், அன்னபூர்ணா ஹோட்டல், இரவி மாமா

கடை ஆப்பமும் மீன்குழம்பும், சிறுமுகையின் மாமன்மார்கள் என்று ஏகப்பட்ட விஷயங்கள் இருந்தும், சிறுமுகை ஒட்டாமல் போனதற்கென இருக்கும் ஒரே காரணம், எஸ்.ஐ.வி. பள்ளிக்கூடம்! காலத்திற்குமெனத் தங்கிப்போன வடுவாக ஹிந்தி டீச்சரின் தோல் நிறப்பாகுபாடு இன்றும் என்னுள் எஞ்சியிருக்கின்றது. தெரியும் என்பதற்காக, கையை ஒவ்வொருமுறை உயர்த்தும்போதும், சுரீரெனப் பழுக்கக் காய்ச்சிய இரும்புத் துண்டம்போலத் தெறித்துவிழுந்து, என் மனதை ரணமித்த அந்த ஒற்றை வார்த்தையை, மீண்டும் எதிர்கொள்ள நேருமோ என்கிற அச்சம் இன்றும் நீங்காதே இருக்கின்றது.

பிரசவ அறையில், டாக்டர்கள் அல்லி விஜயனும் பிரேமலதாவும், சைல்ட் ஸ்பெசலிஸ்ட் சக்திவேல் டாக்டரும், அனஸ்தீசியா தந்த புருஷோத்தமன் அவர்களும் இருந்தார்கள். அவர்கள் பேசிக்கொள்வது கேட்கிறது. நாட்டு நடப்புகளை, சமையல் டிப்ஸ்களைத் தங்களுக்குள் பகிர்ந்துகொண்டபடி எனக்குப் பிரசவம் பார்த்துக்கொண்டிருந்தார்கள். சிசேரியன்!குழந்தையை சக்திவேல் டாக்டர் உயர்த்திப் பிடித்துக்கொண்டிருப்பது மங்கலாகத் தெரிகிறது. அவர்களிடம் நான் பேச முற்பட்டேன். நா குழறியது. சப்தமும் எழவில்லை. ‘நான்தான் இன்னமும் பேசவே இல்லையோ...’ என மீண்டும் மீண்டும் பேசமுற்படுகிறேன். அவர்கள் அப்போதும் கண்டுகொள்ளவில்லை. “டாக்டர்'' கிட்டத்தட்ட ஒரு வீரிடல்தான். பிரேமலதா மேடம்தான் சிரித்தபடி, “என்னடா, பையன் பிறந்திருக்கிறான்.” என்றார். அப்போது அவரிடம் எனது பலம் அனைத்தையும் திரட்டிக்கொண்டு கேட்டேன், “அழகா இருக்கானா, நல்ல கலரா இருக்கானா?”

*

சர்க்கார் புதூர் எனக்குப் பிடித்தமான ஊர். தேவிம்மா, எனது அம்மாவைவிடவும் எனக்குப் பிடித்தமான எனது பெரியம்மா! எப்போதும் என்னோடே சுற்றல். சூரிப்பழம், சின்ன நெல்லிக்காய், எலந்தைப்பழம், கள்ளிப் பழம், எலுமிச்சை, கொய்யா, மாம்பழம் என ஒன்றும் விடமாட்டோம். இருவரும் சேர்ந்தால் ஒரே கொண்டாட்டம்தான். சர்வ சுதந்திரம்.

தேவிம்மாவால் எனக்குப் பிடித்தமான ஊராகிப்போனது சர்க்கார் புதூர். சிறுமுகையிலிருந்து உடுமலைக்கு அருகிலுள்ள சர்க்கார் புதூருக்கு இடம்பெயரப்போகிறோம் என்பது எனக்கு அவ்வளவு உவப்பான ஒரு செய்தி.

போதாததற்கு, எஸ்.ஐ.வி. ஸ்கூல், ஹிந்தி, கணிதம் என்று எதுவும் இனி இல்லை. என்ன இங்கு ஒன்றே ஒன்றுதான், சர்க்கார்புதூர்ப் பெரியப்பா. பாப்பனூத்துப் பள்ளிக்கூடத்தின் தலைமை ஆசிரியர் அவர். சாந்தி டீச்சர் என்னுள் ஏற்படுத்தியிருந்த ஆசிரியர்கள் மீதான கிலி, எனது பெரியப்பா மீதும் இயல்பாகப் படிந்துபோயிருந்தது.

சர்க்கார் புதூரில் எங்களது பூர்வீக வீடு, திண்ணை மற்றும் பெரிய காரவாசலோடு இருக்கும். கோழிகளை அடைத்து வைக்கப் பெரிய பெரிய சால்கள், மூன்று நான்கு கிடக்கும். ரோஜா, மல்லிகைச் செடிகள் மணக்கும். ஊஞ்சல் கட்டி ஆட, வசதியாய் ஒரு வேப்பமரம். அந்தப் பூர்வீக வீட்டை எனக்கு மிகவும் பிடிக்கும். இடம்பெயர்ந்தோம்.

*

உடுமலை ஸ்டெல்லா மேரிஸில் நான்காம் வகுப்பிற்கான அட்மிஷன். அப்பாதான் என்னை அழைத்துச் சென்றார். ஸ்கூல் ப்ரின்ஸிபல் சிஸ்டர் ப்ளாரன்ஸ்சிடம் அப்பா சொல்கிறார், “மேடம், ஸ்கூல் ஃபீஸ் ஒரு வருஷத்துக்கும் சேர்த்து மொத்தமாய் இப்பவே கட்டிடரேன். என்ட்ரன்ஸ் எக்ஸாம் எல்லாம் வேண்டாம். நிச்சயமாக அவ ஃபெயில்தான் ஆவா”. ப்ரின்ஸிபல் மேடம் அதற்கு உடன்படவில்லை. “இந்த ஸ்கூலிற்கு என்று ஒரு ப்ரொஸிஜர் இருக்கு. அதெ வயலேட் பண்ணமுடியாது. எழுதித்தான் ஆகணும்” என்கிறார். வேறு வழியும் இல்லை. அப்பா “சரி” என்கிறார்.

வினாத்தாள் வந்தது. வெள்ளைத் தாளைக் கையில் கொடுத்து பக்கத்து வகுப்பறையில் என்னை அமரவைத்து விடையை எழுதச் சொன்னார்கள். கூடவே, ஒரு ஆசிரியையும் என்னோடு அவ்வறையில் இருந்தார்கள். ஒரு அரைமணி நேரத் தேர்வு அது. முடிந்தது.

திருத்திய விடைத்தாளைச் சரிபார்த்துவிட்டு, எனது அப்பாவை ப்ரின்ஸிபல் மேடம் அழைத்தார்கள். நானும் உடன் சென்றேன். "எவ்வளவு மார்க் எடுத்திருக்கான்னு நீங்க நினைக்கறீங்க?" என்றார் மேடம். "எனக்குத் தெரியாதுங்களா? நிச்சயம் ஃபெயில் ஆகியிருப்பா. அதான் முன்னரே எக்ஸாம் எல்லாம் வேண்டாம்னு சொன்னேன்" என்றார் அப்பா. விடைத்தாளை எனது அப்பாவின் முன் எடுத்துப்போட்டார்கள் அவர்கள். சற்றுப் பதட்டமானேன். "பிரிச்சுப் பாருங்க" என்றார் அவர். அப்பா பிரித்துப்பார்த்தார். நான் எட்டிப்பார்த்தேன். எண்பத்தி எட்டு மதிப்பெண்!

"உங்க பொண்ணை நீங்க எந்தளவுக்குப் புரிஞ்சு வெச்சிருக்கீங்கன்னு நல்லாத் தெரியுது. அவ ஸ்கூல், டீச்சர்ஸ்னா பயப்படறாப் போலெ. அவகூட உட்கார்ந்திருந்த டீச்சரோட, அவளா எதுவும் பேசிக்கலெ. அவகிட்ட அவர்கள் கேட்ட கேள்விகளுக்குப்பயத்தோடெ எழுந்து நின்று பதில் சொல்லியிருக்கா. பேரன்ஸா நீங்கதான் மொதல்லெ அவளெத் தட்டிக்கொடுக்கணும், என்கரேஜ் பண்ணனும். நீங்களே உங்க பொண்ணை இப்படி ஹேண்டில் பண்ணா எப்படி சார்?" என்றார் அவர். அப்பா அமைதியாக இருந்தார். பாடம் கற்றுக்கொடுப்பது மட்டுமல்ல, பக்குவமாய் நடந்துகொள்வதும் சேர்த்துத்தான் ஆசிரியத்துவமோ! அப்பாவுடைய அமைதி என்னை என்னவோ செய்தது. அவரது கைகளை மெதுவாகப்பிடித்தேன். அப்பாவை எனக்கு மிகமிகப் பிடிக்கும்.

*

ஸ்டெல்லா மேரிஸ் பள்ளிக்குப் பள்ளிப் பேருந்தில்தான் போவேன். ஜெயசீலன் அண்ணாதான் டிரைவர். அங்குராஜ் அண்ணா க்ளீனர். இருவரும் நல்ல ஜோடி. வண்டி அவ்வளவு சுத்தமாக இருக்கும். எனக்கு பானெட்தான் எப்பவுமே உட்காருமிடம். பானெட்டிற்கு முன்னிருக்கும் சாமி படத்திற்கு நான் வீட்டிலிருந்து பூப்பறித்துச் செல்வேன். பள்ளிக்கு முதலில் பேருந்தில் ஏறுவதும், கடைசி ஆளாய் இறங்குவதும் நான்தான். ஜெயசீலன் அண்ணா என்னை "கருவேப்பிலை" என்றுதான் அழைப்பார். ஒருநாள் கேட்டேவிட்டேன். "கருப்பா இருக்கெறதெனாலெதானெ இப்படிக் கூப்பிடறீங்க?" "இல்லடா,

கருவேப்பிலை இல்லைனா சுவைக்காது. நீ அவ்வளவு ஸ்பெசல் இந்த ப்ளூ பஸ்சிற்கு." ப்ளூபஸ் கேங்கில் எனக்கெனத் தனி இடம்!

எங்க டைமிங்கில், 13—ம் நம்பர் பேருந்து வரும். அந்தப் பேருந்தின் டிரைவர் பாயண்ணா. ஒவ்வொருமுறை கடக்கும்போதும் ஹாரன் அடிப்போம். டாட்டா காட்டிக்கொள்வோம். அவருக்கும் நான் "கருவேப்பிலை" ஆகிப்போனேன். சமயங்களில் துணி உருண்டை பந்துக்குள் சாக்லேட் வைத்து என்னைப் பார்த்து அடிப்பார் பாயண்ணா. பதிலுக்கு பேப்பர் பந்து அங்கே பறக்கும். இங்கு சிதறும் சாக்லெட்டுகளை நாங்கள் பகிர்ந்துண்போம்.

கிருஸ்துமஸ்சிற்கு இரண்டு நாட்களுக்கு முன் ப்ளூ பஸ்சின் முன்கண்ணாடி உடைந்துவிட்டது. "கண்ணாடி இல்லையெனில் காற்று நன்றாக வரும். என்ஜாய் பண்ணலாம்..." என்று என்னென்னவோ கூறி என்னைச் சமாதானப்படுத்த முயன்றார் ஜெயசீலன் அண்ணா. க்ரீன் பஸ் கேங் வேறு "ஓட்டைவண்டி" எனக் கிண்டலடிக்க, தேம்பித்தேம்பி அழுதபடியே பள்ளிக்கு வந்து இறங்கினேன். ப்ரின்ஸிபல் மேடம் என்னைப் பார்த்துவிட்டார். "ஏன் அழுகிறாள்?" என ஜெயசீலன் அண்ணாவிடம் அவர் கேட்க, அண்ணனும் "கண்ணாடி உடைந்துவிட்டது. அதனால்தான்..." என்றார். மாலையில் பள்ளிவிட்டு வீட்டிற்குப் பேருந்தில் போய் இறங்கினேன். வழியில் எதுவும் பேசிக்கொள்ளவில்லை. உடைந்த கண்ணாடியோடுதான் பேருந்து இருந்தது.

அடுத்த நாள் காலையில் பேருந்து வந்தது, புதுக்கண்ணாடியும், ஒட்டிய ஸ்டிக்கர்களோடும். மனங்கொள்ளவில்லை. "க்ரீன் பஸ் அழுக்குப் பஸ்" என்று ப்ளூ பஸ் கத்த, க்ரீன் பஸ் ஓடிப்போனது. ப்ளூ பஸ்சும், 13—ம் நம்பர் பஸ்சும் நடுரோட்டில் நிற்க, எனது பிறந்தநாளைக் கேக் வெட்டிக் கொண்டாடியிருக்கிறோம். "மதியம்சத்துணவு போடுவார்கள். அதற்காகவே நான் பள்ளிக்கூடத்திற்குப் போனேன்" என்று சிலர் சொல்ல, நான் பிற்பாடு கேட்டிருக்கிறேன். ஸ்டெல்லா மேரிஸ்—க்கு நான் ஒருநாள் கூட விடுப்பின்றி போனதற்கு, அந்தப் ப்ளூ பஸ் பயணம், ப்ரின்ஸிபல் சிஸ்டர் ப்ளாரன்ஸ் மேடத்தோடு சேர்த்து முக்கியமான ஒரு காரணம்!

குழந்தையை, குழந்தை என்று மறவாத பள்ளிக்கூடம் ஒரு பெருவரம்! ஆசிரியர்களை இரண்டாவது பெற்றோர்கள் என்பர். தன்னிடம் கல்வி கற்க வந்திருக்கும் குழந்தைகளைத் தம் குழந்தைகளைப் போலப் பாவிக்கும் ஆசிரியர்களையும், அதே உணர்வோடு செயலாற்றும் ஊழியர்களையும் கொண்ட கல்விக்கூடம், உள்ளபடி இரண்டாவது வீடும்தான்!

6. பட்ட காலில்

எனக்குத் தங்கை பிறந்தாள். சர்க்கார் புதூர் பாட்டிமார்களின் பொழுதுபோக்கிற்கு நான் பாத்திரமானேன். "உன் தங்கச்சிப் பாப்பா நல்ல கலர். உன்னை மாதிரி கருப்பில்லை. இனி எல்லாம் அவளுக்குத்தான். உன்னைத் தவிட்டிற்கு விற்கப்போகிறார்கள் பார்த்துக்கோ" ஒவ்வொரு சொல்லும் மனசை அறுத்துப்போட்டது. விளையாட்டு வினையாகிவிடும் என்று குழந்தைகளைப் பார்த்து பெரியவர்கள் சொல்லுவார்கள். ஒருபோதும் அதை அவர்கள் ஏனோ அவர்களுக்குச் சொல்லிக்கொள்வதே இல்லை. ஊர் பாட்டிமார்கள் சொல்வதைக் கேட்க, எனக்கு அப்பா மீது கோபம் வரவில்லை. அம்மாவை வெறுத்தேன். தங்கையின் பக்கம் நான் அறவே திரும்பவில்லை. தங்கையை நான் நேசிக்கத் துவங்கியபோது எனக்கு யோகி பிறந்திருந்தான். யோகியை அவள் கவனித்து கவனித்துப் பார்த்த விதத்தில் ஏதோவொன்று என்னுள் உடைந்தது. அவள் அப்போதுதான் எனக்குத் தங்கையானாள்.

*

"ஒரு வண்டி இருந்தால் போதாது. இன்னொரு வண்டியும் இருந்தால்தான் லோடு அடிக்க வசதியாய் இருக்கும். வருமானமும் கிடைக்கும். பைனான்ஸ் போடுவோம். ஆறே மாதத்தில் வட்டியும் முதலுமாய் மொத்தத்தையும் அடைத்துவிடலாம்" என்று அப்பாவுடைய மைத்துனரும் அவரது நண்பரும்உறுதி சொல்ல, அப்பா புது லாரி வாங்க முடிவெடுத்தார், நரசிம்மநாயக்கன் பாளையம் இடம்அதற்காக விற்கப்பட்டது.

டிரைவர் போட்டு வண்டியை எடுத்துக்கொண்டு சர்க்கார் புதூர் வந்தார் அப்பா. வீட்டுத் தெருவுக்குள் வண்டி நுழையாது என்று அதை வாட்டர் டேங்க் பக்கத்தில் நிறுத்தியிருந்தார்கள். அம்மா என்னையும் உடன் அழைத்துப்போனார்கள். பெரிய வண்டி. வெறும் வண்டி. எனக்கு ஏனோ அதைப் பிடிக்கவில்லை. “மணல் ஒரு லோடு கொண்டுவந்து இறக்கிவிடுகிறேன். தட்டு 3 ரூபாய்ன்னு வித்தாப்போதும். லோடா விக்ககெறதெவிடவும் அதுலெ காசு ஜாஸ்தி. வாங்கி வெச்சுக்கோ” என்றார் அப்பா அம்மாவிடம். அம்மாவிற்கு நிலைகொள்ளவில்லை. விநாயகர் கோவிலில் வைத்து வண்டிக்குப் பூஜைபோட்டாயிற்று. வண்டி மணல் லோடு அடிக்கக் கரூருக்குக் கிளம்பியது.

பிற்பாடு, ஒருநாள் புதிதாய் ஸ்கூட்டர் ஒன்று வாங்கியிருப்பதாய் அப்பாவிடமிருந்து தொலைபேசியில் ஒரு தகவல். லோடு பிடிக்கவும், லோடுக்கான வாடகைப் பணம் வசூல் பண்ணவும் வசதியாயிருக்குமென்று அதை வாங்கியிருப்பதாய்ச் சொன்னார். நாட்கள் ஓடின.

*

அப்பா இரண்டு வாரங்களாக வரவில்லை. அவர் இன்னமும் சிறுமுகை விஸ்கோசில்தான் பணியாற்றிக்கொண்டிருந்தார். வண்டி சார்ந்த வரவு செலவுகளை அப்பாவின் மைத்துனர் பூபாளன்தான் பார்த்துக்கொண்டிருந்தார். பெருநஷ்டம்! வேலைக்கு லீவு போட்டுவிட்டு லாரி ஒர்க்ஸாப்பிலேயே கிடந்திருக்கிறார் அப்பா. அம்மாவுக்கும் அவருக்கும் அடிக்கடி இதுகுறித்து வாக்குவாதம் வரும். அம்மா உதைபட்டு உடைந்து அழுவதில் அது முடியும். இரண்டுவாரங்களாக அவர் வரவில்லை, ஒரு தொலைபேசி அழைப்புமில்லை என்கிறபோது எனக்குத் தாளவில்லை. சரியாகச் சாப்பிடவும் பிடிக்கவில்லை.

மதிய இடைவேளையில் கையிலிருக்கும் டிபன் பாக்ஸைப் பிரிக்காது வெறுமனே அமர்ந்திருந்த என்னைப் பிரின்ஸிபல் மேடம் பார்த்துவிட்டார். அவருடைய அறைக்கு என்னை அழைத்துச் சென்று “சாப்பாடு பிடிக்கலையா, ஹாஸ்டலில் இருந்து வாங்கித் தரவா, சாப்பிடறியா?” என்றார். நான் அழுதுவிட்டேன். தேம்பலோடு, நிகழ்வதை அவரிடம் சொன்னேன். “எல்லாம்

சரியாகும். நான் ப்ரே பண்றேன். இப்ப சாப்பிடு" என்றவர், எனது டிபன் பாக்ஸைத் திறந்து, எனக்குச் சாப்பாடு ஊட்டிவிட்டார்.

இரண்டு நாட்கள் கடந்திருக்கும். ப்யூன் அண்ணா வந்து புவனேஸ்வரி மிஸ்சிடம் எனது பெயரைச் சொல்லி, பிரின்சிபல் மேடம் அழைத்துவரச் சொன்னதாய்க் கூற, அவரும் என்னைப் போகச் சொன்னார்கள். "நான் ஒண்ணுமே பண்ணலை மிஸ்" என்றேன். "நீ தப்பு பண்ணியிருந்தா, அவர் முதலில் என்னைத்தான் அழைத்திருப்பார்கள். பயப்படாத போ" என்றார்.

பிரின்சிபல் மேடம் அறைக்குள் நுழைந்தேன். அவருக்கு வணக்கம் கூட நான் சொல்லவில்லை. அவருக்குமுன் அமர்ந்திருந்த எனது அப்பாவைப் பார்த்தவுடன் "அபி" எனக் கதறியபடி ஓடிச்சென்று அவரைக் கட்டிப்பிடித்து, "விட்டுட்டுப் போயிடாதே அபி" என்று அழுதேன். அப்பாவை நான் அப்படித்தான் அழைப்பேன். மேடத்திற்கும் கண்கள் கலங்கிவிட்டது. ப்யூன் அண்ணாவை அழைத்து எனக்கு ஐஸ்கிரீமும் சாக்லேட்டும் கேண்டினில் வாங்கித்தரச் சொல்லி என்னை அவரோடு அனுப்பிவைத்தார்கள்.

நானும் தூங்கிவிட்டதாய் நினைத்து அப்பா அம்மாவிடம் கூறினார், "செத்துடலாம்னு கடிதம் எழுதிவைத்துக்கொண்டுதான் நிவியைக் கடைசியாய் ஒருமுறை என்று பார்க்கப்போனேன். 'குழந்தையை இப்படிக் கஷ்டப்படுத்தாதீங்க. அவ நல்ல குழந்தை. உங்களாலெ முடியலேன்னா எங்களுக்குத் தத்து கொடுத்திடுங்க' என்றாரவர். 'மூணு நாட்கள் அவளோடே இருங்க. மெடிக்கல் சர்ட்டிபிக்கேட் கூட வேணாம். நா பாத்துக்கறேன். அழைச்சிட்டுப்போங்க' என்று அவர் சொல்ல, நாஎனது அனைத்து முடிவுகளையும் மாத்திக்கிட்டேன்" என்றார் அப்பா. அம்மா சத்தமாகவும், நான் சத்தமின்றியும் அழுத இரவு அது. உண்மையிலேயே எனக்கு அப்பாவை மிகவும் பிடிக்கும்.

*

ஓரிரு நாட்களிலேயே அப்பா சிறுமுகைக்குக் கிளம்பிவிட்டார். புதிதாய் வாங்கியிருந்த வண்டி அவருக்குக் கைகொடுக்கவில்லை. அடிமேல் அடி. மீண்டும் சிறிது இடைவெளிக்குப் பிறகு

அவரிடமிருந்து அம்மாவிற்கு தொலைபேசி அழைப்பு வந்தது. அம்மா நந்தினியைத் தூக்கிக்கொண்டு கோவிந்தராஜ் தாத்தாவுடன் கோவை சூலூருக்குக் கிளம்பிவிட்டார். நான் சர்க்கார் புதூரிலேயே இருந்துவிட்டேன். பத்து நாட்களிலேயே அம்மா திரும்பிவந்துவிட்டார். அப்பா மேலும் இரண்டு நாட்கள் கழித்து சர்க்கார் புதூருக்கு வந்தார்.லாரி கைவிட்டுப்போய்விட்டது.

சர்க்கார் புதூரில் மூன்று நாட்களிருந்தார் அப்பா. "விஸ்கோஸ் வேலையை ரிசைன் பண்ணினால் இரண்டு லட்சம் ரூபாய் வரும். வண்டிக்கானக் கடன்தொகையை ஓரளவு சரிக்கட்டிடலாம்" என்ற அவரது எண்ணத்தை அம்மா ஏற்கவில்லை. தனது ஆலோசனையாகத் "திருமூர்த்தி மலைத் தோட்டத்தை விற்று, கடனை அடைப்பது நல்லது" என்றாள். தோட்டம் விற்கப்பட்டது. அப்பா தனது தம்பியிடம் மூன்று ருபாய் வட்டிக்கு வாங்கியிருந்த இரண்டு லட்ச ரூபாயையும், எனது கோவிந்தராஜ் தாத்தா ஒரு ரூபாய் வட்டியில் ஏற்பாடு செய்து தந்திருந்த மூன்று இலட்ச ரூபாயையும், சர்க்கார் புதூர் பெரியப்பாவின் ஏற்பாட்டில் வாங்கியிருந்த ஒரு லட்சம் ரூபாயையும் அடைத்தது போக, மீதம் ஐம்பதனாயிரம் ரூபாய்தான் இருந்தது. கடன் நான்கு லட்சத்திற்கும் மேல் இன்னுமும் இருந்தது.

பீளமேட்டு லிங்குசாமிப் பெரியப்பா மூலம், சூலூர் ஏர்போர்ட் ரோட்டருகில் தவணை முறையில் வாங்கிப்போட்டிருந்த நிலம், தவணைத் தொகையை அப்பா சரிவரக் கட்டமுடியாததால், அது பெரியப்பாவின் பெயருக்கு முன்னரே கிரையமாகியிருந்தது. மேடும் பள்ளமும் சேர்ந்ததுதான் வாழ்க்கை. என்ன... ஏறுவதற்கு நாட்கணக்கென்றால், இறங்குவதற்கு நொடிக்கணக்கு! அடுத்து என்ன என்பது பிடிபடாத நிலையில் அப்பாவும் அம்மாவும் சிறுமுகைக்குக் கிளம்பினார்கள்.

காலம் தன் முன் நிகழ்த்தும் தருணங்களிலிருந்து, தனக்கானப் படிப்பினையைக் கைக்கொள்ளத் தவறுபவரின் வாழ்வு ஒருபோதும் கனிவதேயில்லை. காலத்தின் நப்பாசையும் முடிவதாயில்லை.!

7. சொர்க்கம் என்பது நமக்கு ...

ஸ்டெல்லா மேரிஸிசிலிருந்து மீண்டும் சிறுமுகை எஸ்.ஐ.வி. பள்ளிக்கே நான் திரும்பினேன். எனது தங்கை நந்தினியை சர்க்கார் புதூர் பெரியப்பா, பெரியம்மாவிடமே விட்டுவிட்டோம். விஸ்கோஸ் கம்பெனியின் நிலை மோசமாகியிருந்தது. ஜீவா நகரில் பைப் பிட்டர் ரங்கநாதன் மாமாவின் வீட்டிற்கு வாடகைக்குக் குடிபெயர்ந்தோம். யூனியன் தலைவர் பாலு மாமா அதற்கான ஏற்பாட்டினைச் செய்திருந்தார். பிள்ளையார் கோவிலைக் கடந்துதான் பள்ளிக்கு நான் போகவேண்டும். பிள்ளையார் கோவில் தாத்தாக்களில் மூவர் மட்டுமே இப்போது இருந்தனர். கோவில் குருக்கள் மாமா என்னைப் பார்த்தால் ஆப்பிள், திராட்சை என்று பிரசாதம் தருவார். வி.பி.கேக் ஸாப், ஐஸ்க்ரீம் பார்லர் கடைகள் விரிவடைந்திருந்தன. அன்னபூர்ணா பெரிய மாற்றமின்றி இருந்தது. தூரத்தில் பள்ளிவிட்டு வரும் என்னைப் பார்த்துவிட்டால் ஐஸ்க்ரீம் கடைக்கார மாமா எனக்காக ஐஸ்க்ரீம் பார்சலோடு நின்றிருப்பார். “வேண்டாம் மாமா” என்றால், “சாப்பிடுடா “ என்று தருவார். பழத்தோட்டம் தண்டபாணி மாமா தேன்வாழைத் தாரோடுதான் அப்போதும் சரி, இப்போதும் சரி என்னைப் பார்க்க வருவார். சிறுசிறு மாற்றங்களோடு சிறுமுகை இருந்தாலும், சிலர் இன்னும் பழைய அந்நியோன்யத்தோடுதான் இருந்தார்கள்.

*

பங்குனி உகாதிக்கு ரேணுகாதேவி கோவில் விழாக்கோலத்தோடிருக்கும். மண் தரையோடு, சிறிய வீடுபோல இருக்கும் கோவில். ஒரு பெரிய புற்று கோவிலுக்கு முன்புறம். பவானி ஆற்றிலிருந்து ஏழு குழந்தைகள் சக்திக் கலசம் ஏந்தி, பம்பை உறுமி அடிக்க சிறுமுகைக்கு வருவார்கள். என்னைவிட இரண்டு வயதுதான் கூட இருக்கும் ஜீவா நகரைச் சேர்ந்த அந்த அக்காவுக்கு. அவருக்குச் சாமிவரும். முதலில் செல்வ விநாயகர் கோவில், பிற்பாடு ரேணுகாதேவி கோவிலில் தீர்த்தம் தெளித்துவிட்டு,பின் பூஜை, அன்னதானம் எல்லாம் நடக்கும். இரவில் ரேணுகாதேவியின் கதையைச் சொல்லி நிகழ்வு முடிவுறும்.

பிரகாரம் சுற்றி சாமியாடி வந்த அக்கா, பூசாரியின் வீட்டிற்குள் நுழைந்தார். அவருக்கு முன்னால் இரண்டு குழந்தைகள் ஓடினார்கள். நான் அவருக்குப் பின்னால் போனேன். வீட்டிற்குள் நுழைந்தவர் பூசாரியின் மனைவியிடம் குழந்தைகளுக்குக் குடிக்க ஏதாவது கொடுக்கச் சொன்னார். அவர் என்னையும் பார்த்துவிட்டு "அந்தப் பொண்ணுக்குமா?"" என்று கேட்க, ரெண்டு கண்ணுலெ ஒரு கண்ணுக்கு வெண்ணையும், ஒரு கண்ணுக்கு சுண்ணாம்பும் வெப்பியா? அதுவும் குழந்தைதானே...கொடு" என்றார்கள். பூசாரியின் மனைவி எங்களுக்கு ஹார்லிக்ஸ் கொடுத்தார். அந்த அக்கா என்னை அவரருகே அழைத்து, எனது தலையைத் தடவிக் கொடுத்தபடி, "நா எல்லாத்தையும் சரி பண்ணித்தாரேன். உங்கம்மாவைக் கோவிலுக்கு வரச்சொல்லு" என்றார். பின் திரும்பி, பூசாரியின் மனைவியிடம் குங்குமம் எடுத்துவரச் சொன்னார். அவர்கள் வீட்டிலிருந்த குங்குமத்தைக் கோவிலுக்குக் கொடுத்துவிட்டதாய்க் கூற, "என்ன பொம்பளெ நீ, வீட்லெ குங்குமம் வெச்சுக்க மாட்டியா? சரி, போய் மஞ்சள் எடுத்துவா" என்றார். அவர் எடுத்துவந்து தர, ஒரு காகிதத்தில் அதனை மடித்து, ஒரு எலுமிச்சம் பழத்தோடு சேர்த்து என்னிடம் தந்தார். "வீட்டுக்குப்போய் அம்மாகிட்ட சொல்லி எலுமிச்சையைப் பிழிந்து, தண்ணீலெ கலந்து குடி" என்றார். ஒரு வாரம்தான் ஆகியிருக்கும், எங்களுக்கு விஸ்கோஸ் குவாட்டர்ஸில் வீடு கிடைத்தது. வாடகை கிடையாது. ஈ.பி. பில் கிடையாது. தண்ணிக்கு வரிசை கிடையாது, வரி கிடையாது. எல்லாவற்றிற்கும் மேல் விஸ்கோஸ் குவாட்டர்ஸ் மூன்றுமாடி அடுக்குக் குடியிருப்பு!

எஸ்.ஐ.வி. பள்ளிக்குப் போகவர வழியில் மேனேஜர்ஸ் குவாட்டர்ஸ்ஸைப் பார்த்திருக்கிறேன். நான்கு தனித்தனிப் பங்களாக்கள். அதேபோல், இன்ஜினியர்ஸ் குவாட்டர்ஸ், இரண்டு பெட்ரூம்கள் உள்ள அடுக்குமாடிக் குடியிருப்பு. குரோட்டன்ஸ் செடிகள், பலவிதப் பூச்செடிகள், பலவண்ணக் காகிதப்பூக்கள், அசோக மரம். புங்க மரம், வேப்ப மரம் என்று அடர்ந்த பசுமைக்கிடையில் அடக்கமாக, வெகு அழகாக அவைகள் இருக்கும். ஆலாங்கொம்பு லேபர் குவாட்டர்ஸில் எங்களுக்கான வீடு அளிக்கப்பட்டிருந்தது.

D—ப்ளாக். D3 எங்களுக்கானது. கிரவுண்டு ஃப்ளோர். அதுவும் மூன்றடுக்குமாடிக் குடியிருப்புதான். சிங்கிள் பெட்ரூம். மாடிமீது ஏறி ஏறி இறங்குவேன். கால்வலிக்கும். இருந்தும் ஏறியிறங்குவது சலிக்கவில்லை. மாடிவீடு எனக்குப் பிடித்தமான ஒன்று. 1—ம் நம்பர் வீட்டு அத்தைதான் முதன் முதலில் எங்களை வரவேற்றது. “அப்பாவுக்கு இன்னும் பதினான்கு வருடங்கள் சர்வீஸ் இருக்கு. நாங்கள் பதினான்கு வருடங்கள் இங்க இருக்கப்போறோம்” நான் சொல்ல, அத்தை சிரித்தார்.

எப்போதும் சண்டையும் சச்சரவுமாகவே இருக்கும் ப்ளாக் எங்களுடையது. குட்டீஸ்களுக்குப் பஞ்சமில்லை. ப்ளாக்கிற்கு முன்புறமிருக்கும் ஸ்டோன் பென்ச்சில் பெரியவர்கள் அமர்ந்திருக்க, குழந்தைகள் வெளிப்புறத் தளத்தில் விளையாடுவோம். அந்தாக்ஷரீ, ஹைடு அண்ட் சீக் என்று குட்டீஸ்களின் பட்டாளம் ஆர்ப்பரிக்கும். அத்தையின் வீட்டில் ப்ரியா அக்கா, ஸ்ரீதர் அண்ணா இருவரோடும்தான் நான் எப்போதும் இருப்பேன். டி.வி.—யில் படம் பார்த்துக்கொண்டிருப்போம். இரவு வேளையில் மொட்டை மாடியில் அமர்ந்து, ஊட்டிக்குப் போகும் பேருந்துகளின் லைட் வெளிச்சத்தைப் பார்க்க ஒரு குதூகலம்.

செடி, கொடிகள் அடர்ந்து காடுபோல இருக்கும் எங்களது ப்ளாக்கைச் சுற்றி. பாம்பு, மயில், குரங்கு என்று ஏகத்துக்கும் இருக்கும். புங்கமர இலைகள் உதிர்ந்து, சருகாகி காற்றிற்கு சரசரத்துக்கொண்டிருக்கும். டிரெயினேஜில் தண்ணீர் பாம்புகள் ஓடியாடும். அப்பா D — ப்ளாக்காரர்களை அழைத்துப் பேசினார்.

“ஆண்களெல்லாம் வரும் சனிக்கிழமை மட்டும் விடுப்போ அல்லது ஷிப்ட் மாற்றமோ செய்துகொள்வோம். பூச்சிகளின் நடமாட்டம் அதிகமாக இருக்கிறது. D — ப்ளாக்கைச் சுற்றி நாம் சுத்தமாக வைத்துக்கொள்வோம். பெண்கள் கூட்டிப் பெருக்கட்டும். ஆண்கள் குப்பை கூளங்களைக் குவித்து எரிப்போம். தீ பரவாமல் தடுத்து நிற்போம்” என்றார். வந்தது அந்த சனிக்கிழமை. குழந்தைகள் பாட்டிலில் தண்ணீர் நிரப்பி கேட்பவர்களுக்குக் கொண்டுபோய்க் கொடுத்தோம். தேவைப்பட்ட பொருட்களை எடுத்துப்போய்க் கொடுத்தோம். சுத்தமானது D — ப்ளாக். சதா சண்டை சச்சரவுகளுக்குப் பெயர்போனது என்று பெயரெடுத்திருந்தது, ‘அப்படியில்லை’ என்றானது. எல்லோரும் சேர்ந்து வெளியிலேயே அடுப்பு மூட்டிச் சமைத்து உண்டோம். லேபர் குவாட்டர்ஸ் மொத்தத்திற்கும் அது பெரும் ஆச்சர்யம்.

2—ம் நம்பர் வீடு அலெக்ஸாண்டர் மாமாவுடையது. ஜெயக்குமார், சார்லஸ் என்று அவருக்கு இரு மகன்கள். அத்தை நல்லவிதம். ஜெயக்குமார் அண்ணா குட்டீஸ்களோடு குட்டீஸாக விளையாட வருவார். எங்களுக்கு அவரை மிகவும் பிடிக்கும். அலெக்ஸாண்டர் மாமா ரிட்டயர்டு ஆகப்போகிறார் என்கிற செய்தி வந்ததும் D — ப்ளாக்கின் மற்ற வீட்டார்களெல்லாம் ஒன்றுகூடி அவருக்கான “செண்ட் ஆஃப்” பார்ட்டியைச் சிறப்பாகச் செய்வதென்று தீர்மானித்தார்கள். ஒரு ஞாயிற்றுக்கிழமை அவரது குடும்பத்தினர் அழைத்து, மொட்டை மாடியில் வைத்து இரவு விருந்து வைத்தார்கள். அசைவம் தடபுடலாக இருந்தது. ம்யூசிக்கல் சேர், அந்தாக்ஷ்ரீ என்று வழக்கம்போல் ஆட்டம் பாட்டம் களை கட்டியது. எல்லோருமாய்ச் சேர்ந்து, மாமாவின் குடும்பத்தினருக்கு கிஃப்ட் கொடுத்து வழிஅனுப்பினோம். நிகழ்வில் பேசிய லேபர் க்வாட்டர்ஸ் பொருளாளர், “எங்களுக்கு முதலில் D — ப்ளாக்கைத்தான் அலார்ட் பண்ணினார்கள். ஆனால் கேள்விப்பட்ட விஷயங்களைவைத்து வேண்டவே வேண்டாம் என்று வேறு ப்ளாக்கிற்குப் போனோம். இப்ப மொத்த ப்ளாக்கும் சேர்ந்து இப்படியொரு செண்ட் ஆஃப் கொடுப்பதைப் பார்க்கும்போது தப்புப் பண்ணிட்டதுபோல இருக்கு” என்றார். D — ப்ளாக் மொத்தமும் சேர்ந்து எடுத்த ஒரு குடும்ப விழா அது!

4—ம் நம்பர் வீட்டு அன்வர் மாமாவிற்கு இரண்டு பையன்கள், ஒரு பெண். சானவாஸ், சலீம் மற்றும் சர்மிளா. சானவாஸ் அண்ணாவிற்கு சேலத்தில் கல்யாணம். கல்யாணத்திற்கு D — ப்ளாக்கே தயாராகிவிட்டது. சேலத்திற்கு அழைத்துப்போக ஒரு பஸ் வந்து D — ப்ளாக்கிற்கு முன் நின்றும்விட்டது. நானும் அப்பாவும் காலையில் சேலத்திற்குப் போவதாக இருந்தோம். வெளியே வந்த சானவாஸ் அண்ணா “நிவி எங்கே?” என்று எனது அம்மாவிடம் கேட்க, அவர் “பள்ளிக்குச் சென்றிருப்பதாக”க் கூற, பைக்கை எடுத்துக்கொண்டு சானவாஸ் அண்ணா எஸ்.ஐ.வி—க்கே வந்து என்னை அழைத்து வந்துவிட்டார். சேலத்தில் நடந்த சானவாஸ் அண்ணாவின் கல்யாணம் என்றும் மறக்கமுடியாத ஒரு நிகழ்வு.

D — ப்ளாக்கில் பொங்கல் விழாவைக் களை கட்டவைத்தோம். இந்து, முஸ்லீம், கிருத்தவம் என்ற பாகுபாடெல்லாம் இல்லாமல் அனைத்து வீட்டிலிருந்தும் அரிசி வாங்கி பானைப்பொங்கல் வைத்தோம். ப்ளாக்கிற்கு முன்புறமிருந்த தரைத் தளத்திலேயே பந்தி. இனிப்புப் பொங்கல், வெண்பொங்கல், பச்சரிசி சாப்பாடு, படுகாஸ் பாணியில் ஊட்டி அவரைக் குழம்பு, சாம்பார், ரசம் என்று D — ப்ளாக்கே கொண்டாடியது அந்தப் பொங்கல் விழாவை. எங்கோ பிறந்து, எங்கோ வளர்ந்து, எங்கோ வாழ்கிறோம். சூழல் நம் கைகளில் இல்லை. வாழ்வின் ஒவ்வொரு அத்தியாயமும் பெரும்பாலும் யார் யாரோக்களாக இருந்து, பின் நமக்கு நெருக்கமாகிப் போகிறவர்களால்தான் நிரப்பப்படுகிறது. வாழ்வின் விசித்திரம் அநேகம்!

பொருளாதாரச் சூழல், கஷ்ட ஜீவனம் என்றாலும், அம்மா வெறும் பீர்க்கங்காய்ப் புலுசு வைத்து, வாயைக் கட்டி, வயித்தைக் கட்டிச் சமாளித்து நான்கு லட்ச ரூபாய்க் கடனையும் நான்கு ஆண்டுகளில் கட்டினாள்.

8. லேடி பேர்டு

குழந்தைகளுக்கானச் சிறிய, மூன்று சக்கர ப்ளூ சைக்கிள் ஒன்றை நான் மூன்றாம் வகுப்பு படித்த வரைக்கும் வைத்திருந்தேன். வீட்டிற்குள் மட்டுமே ஓட்டம். அண்ணாநகரில், எதிர்த்த வீட்டில் ஒரு ஐயர் குடும்பம் இருந்தது. வ.உ.சி. நகர் விநாயகர் கோவிலில் குருக்களாக இருந்தாரவர். இரண்டு பெண்கள், இரண்டு பையன்கள். முதல் பெண்ணை சென்னைக்குக் கட்டிக்கொடுத்திருந்தார். அந்தக்கா ஒல்லியாக, அழகாக இருப்பார். அவருக்கு ஒரு பையன். இரண்டு வருடங்களுக்கு ஒருமுறைதான் சிறுமுகைக்கு வருவார்கள். நாங்கள் அந்த வீட்டிற்குக் குடிபெயர்ந்த அந்த வருடம் அந்தக்கா அவருடைய பையனோடு வந்திருந்தார். எனது குட்டிச் சைக்கிளைப் பார்த்ததும் அந்தப் பையன் எனது வீட்டிற்கு வந்தான். நானும் அவனும் அந்த சைக்கிளை மாறிமாறி ஓட்டி விளையாடினோம்.

ஆறு மாதங்கள்கூட ஆகியிருக்காது, அந்தக்கா இறந்துவிட்டார். ஐயர் பேரன் சிறுமுகைக்கு வந்து ஒருமாதம் இருந்தான். அந்த அக்காவின் தங்கைதான் அவனை எங்களது வீட்டிற்கு அழைத்துவந்தார். ஏனோதெரியவில்லை, அந்த சைக்கிளை நான் அவனுக்கே கொடுத்துவிட்டேன். சென்னைக்குத் திரும்பும்போது அவன் சைக்கிளையும் இரயிலிலேயே எடுத்துச்சென்றான். சைக்கிள் என்றதும் நான் முதன்முதலில் வைத்திருந்த அந்த மூன்று சக்கர சைக்கிள்தான் ஞாபகத்திற்கு வருகிறது.

அடுத்து, சற்றே பெரிய சைக்கிளை எனக்காக வாங்கினோம். அதன் பின்சக்கரத்திற்கு இருபுறமும் இருந்த சிறிய இரண்டு சக்கரங்கள் என்னைக் கீழே விழுந்துவிடாமல் தடுத்தன. பாதுகாப்பாக இருந்தது. நான் தினமும் அந்த சைக்கிளுக்கு எண்ணைபோட்டு, துடைத்து பளபளவென்று வைத்திருப்பேன். அந்தச் சைக்கிளை எனக்குப் பிடித்திருந்தது. வாங்கியபோதே இரண்டு சைக்கிள்களாக அப்பா வாங்கினார். மங்கூஸ் ப்ராண்டு! ஒன்று எனக்கு, மற்றொன்று அவருடைய தங்கையின் மூத்த மகன் மூர்த்திக்கு. அப்பாவுடைய தங்கையின் கணவர் பூபாளன் ஒரு வார இறுதியில் சிறுமுகைக்கு வந்திருந்தார். வந்தவர் எனது சைக்கிளைப் பார்த்ததும் தனது இரண்டாவது மகனும் அதேபோன்ற சைக்கிள்தான் தனக்கும் வேண்டும் என்று அடம்பிடிப்பதாகக் கூறி, எனது அந்தச் சைக்கிளைக் கோவைக்கு எடுத்துச் சென்றுவிட்டார்.

அதன் பிறகு, சைக்கிள் மீதான எனது விருப்பம் விட்டுப்போய்விட்டது. குடும்பத்துப் பொருளாதாரச் சூழலும் புதிய சைக்கிளைக் கேட்டதும் வாங்கித்தரக்கூடிய நிலையில் இல்லாமலிருந்தது. அடம்பிடித்துப் பொருட்களை வாங்கித்தரச்சொல்லிக் கேட்பது என்பது எப்போதுமே என்னிடத்தில் இல்லை. தற்போதைய சூழ்நிலையில் அவசியமானவைகளைக்கூட கேட்டுப் பெறுவது என்பதையும் விட்டுவிட்டேன்.

சிறுமுகையிலிருந்து சர்க்கார் புதூருக்கு அம்மா என்னை அழைத்துப்போவாள். பேருந்தில் சிறுமுகையில் ஏறியதிலிருந்து சர்க்கார் புதூருக்குப் போவதுவரை, வழியில் எதுவும் கேட்கமாட்டேன். ஒருமுறை மதிய உணவிற்கு வீட்டுக்கு வந்தபோது, அம்மா,"சர்க்கார் புதூருக்குக் கிளம்புகிறோம்" என்றாள். சாப்பிடக்கூட இல்லை. கிளம்பினோம். பொள்ளாச்சி வந்தது. பசிக்கிறக்கம். பொள்ளாச்சி பேருந்து நிலையத்தில் கப்பக் கிழங்கு வாங்கித் தந்தாள் அம்மா.

பொள்ளாச்சியிலிருந்து உடுமலைக்குப் பேருந்தில் ஏறினோம். இடையில் பேருந்து நிற்காதென்றார் நடத்துநர். "கடைசி பஸ் போய்விட்டால், சர்க்கார் புதூருக்குப் பேருந்து கிடைப்பது கடினம்" என்றாள் அம்மா. பேருந்து ஓட்டுநர் "பரவாயில்லை

சொற்கள் மிதக்கும் வானம் ◆ 52

விடுங்க, லேடீஸ் என்ன செய்வாங்க “ என்றார்.கப்பக் கிழங்கை முழுவதுமாகச் சாப்பிட்டு முடிக்கும் வரைக்கும் டிரைவர் அண்ணா பேருந்தின் லைட்டை ஆஃப் செய்யவில்லை. சாப்பிட்டு முடித்ததும் அவருடைய தண்ணீர்க் கேனை எடுத்து எனக்குக் குடிக்கக் கொடுத்தார்.

*

பெருமாள் மாமாவின் மகள் வைஷ்ணவி, A — ப்ளாக்கிலிருந்து D — ப்ளாக்கிற்கு அவளுடைய லேடிபேர்டு சைக்கிளில் வருவாள். அவளுடைய நண்பிக்கும் ஒரு சைக்கிள் இருந்தது. இருவருமாய் வந்து என்முன் சைக்கிள் விட்டு இளக்காரம் பேசுவார்கள். நான் பேசாது இருப்பேன். அழுகை முட்டும். ஒரு நாள் அடம்பிடித்தது அழுதேன், எனக்கும் ஒரு லேடி பேர்டு சைக்கிள் வேண்டுமென.

கணேசபுரத்தில் கோபால் மாமா சைக்கிள்கடை வைத்திருந்தார். அவருடைய கடையில்தான் சைக்கிள் வாங்குவோம். அப்பா, கோபால் மாமாவின் வீட்டிற்கேச் சென்றுவிட்டார். அப்பாவைப் பார்த்ததும், “வா ராஜா, கேள்விப்பட்டேன். தங்கச்சியா இருந்தாலும் ஒரு அளவுமுறை இல்லையா ? இப்ப நீ கஷ்டப்படறபோது, யார் வந்து உனக்குன்னு நிக்கறா ? போகட்டும், பார்த்து இருந்துக்க “ என்றிருக்கிறார் அவர். அப்பா லேடி பேர்டு சைக்கிளைப் பற்றி அவரிடம் விசாரிக்க, “புலிக்குட்டியோட சந்தோஷம்தான் முக்கியம். இருக்கறப்போ பணத்தை வந்து கொடு “ என்றிருக்கிறார் கோபால் மாமா.

லேடி பேர்டு சைக்கிளை அப்பா பேருந்திலிருந்து இறக்கினார். சைக்கிளைப் பார்த்ததும் மனம் துள்ளியது. சிட்டாய்ப் பறந்து அதிலமர்ந்தேன். அப்பாவைப் பிடித்துக்கொள்ளச் சொல்லிவிட்டு, பெடல் போட்டேன். வண்டி ஜம்மென்றிருந்தது. வேகம் வேகம் என்று மனம் பரபரத்தது. மனதின் வேகம் கால்களைப் பற்றிக்கொண்டன. சைக்கிள் சிட்டானது. காற்றைக் கிழித்தபடி முன் பறந்தேன். சட்டென அப்பாவின் நினைவு வர, திரும்பிப் பார்த்தேன். அப்பாவைக் காணவில்லை. நீண்ட தொலைவு வந்துவிட்டிருந்தேன். பயம் கவ்வியது மனதை; கால்கள் தடுமாறின’ கைகள் நடுங்கின. என்னவாயிற்றென்று தெரியவில்லை, சறுக்கி விழுந்தேன்.

கை, கால்களில் சிராய்ப்புகளோடு வீட்டிற்கு வந்தேன். அப்பா அங்குதான் இருந்தார். "சைக்கிள் ஓட்டும்போது பயம் கூடாது. கூடவே நானிருந்தா பயம் எப்படி விலகும். சைக்கிளை இப்ப நல்லா ஓட்டினாயா?" என்றார்.

குவாட்டர்ஸ் முழுக்கவும் சைக்கிளிலேயே ரவுண்டு அடிப்பேன். வேகம்தான்! "புலிக்குட்டி சைக்கிளை ரொம்ப வேகமா ஓட்டறா. நாங்க பேசிக்கிட்டு இருக்கறப்ப, இடையில புகுந்து ஓட்டறா. குவாட்டர்ஸ் கேட்டத் தாண்டி போகும்போதும் அதே வேகத்துலெதான் போறா. பார்த்து புருஷோத்தமா. கொஞ்சம் கண்டிச்சு வை" என்பார் குவாட்டர்ஸ் யூனியன் தலைவர். "பயப்படாதீங்க மாமா. வேணும்னா எங்கூடப் போட்டிக்கு வாங்க, ரேஸ் விடுவோம்" என்பேன் நான்.

D —ப்ளாக் சிறுமியர்களில் பெரும்பாலோர் எனது லேடி பேர்டில்தான் சைக்கிள் ஓட்டப்பழகினர். லேடி பேர்டு எனக்குக் குவார்டர்ஸில் புதிய நண்பர்களை அறிமுகம் செய்துவைத்தது. பக்கத்து ப்ளாக் அத்தைமார்களெல்லாம் எனக்குப் பழக்கமானார்கள். லேடி பேர்டிற்கு நம்பர் லாக் சிஸ்டம் உண்டு. எனது ப்ளாக்கின் சிறுமியர்கள் அனைவருக்குமே லேடி பேர்டிற்கான பாஸ்வேர்டு தெரியும். ஆயுத பூஜைக்கு நாங்கள் அனைவருமாகச் சேர்ந்து லேடி பேர்டைக் கழுவித் துடைத்து, திருநீறு, சந்தனம், குங்குமம், பூ வைத்துப் பூஜைக்கென நிறுத்துவோம்.

ஒருநாள் லேடி பேர்டின் செயின் கழன்றுவிட்டது. நின்ற இடம் குவாட்டர்ஸ் ப்ளாக்கிற்கான டைரக்ஸன் போர்டு இருந்த இடத்திற்கு அருகில். புட்கள் முளைத்து புதர் மண்டிக்கிடந்தது அவ்விடம். எதிர்த்த பக்கம் கலைக்கூடம். விழாக்கள் அங்குதான் நடத்தப்படும். மொத்த குவாட்டர்ஸின் அண்ணாக்கள் குழாம் எப்போதும் அங்கிருக்கும். "அண்ணா" என்று நானழைக்க, அங்கிருந்த எங்க ப்ளாக்கின் 8 —ம் நம்பர் வீட்டின் ஆஸிப் அண்ணாவும், F — ப்ளாக்கின் மோகன் அண்ணாவும் சைக்கிளோடு நிற்கும் என்னைப் பார்த்து வந்தார்கள். சைக்கிள் செயினை மாட்டிக் கொடுத்தார்கள். அவர்கள் சென்ற பிறகுதான் அருகில் அடர்ந்திருந்த புல்லிற்குள் ஒரு பர்ஸ் கிடப்பதை நான் கவனித்தேன். நல்ல கனமாய் இருந்தது; மண் அப்பிக் கிடந்தது; யாருடையது எனத் தெரியவில்லை.

பர்ஸை எடுத்துக்கொண்டு நேராக யூனியன் தலைவர் ரங்கராஜ் மாமாவின் வீட்டிற்குப் போனேன். அன்று ஞாயிற்றுக் கிழமை. மதிய உணவு சாப்பிட்டுக் கொண்டிருந்தார். என்னையும் சாப்பிட அழைத்தார். பர்ஸை அவரிடம் கொடுத்தேன்.

மாலையில் வீட்டிற்கு வந்த அப்பா என்னை அழைத்து காலையில் என்ன நடந்ததெனக் கேட்டார். நானும் விபரம் சொன்னேன். குவாட்டர்ஸின் அறிவிப்புப் பலகையில் பர்ஸ் குறித்தும், நிவியைப் பாராட்டியும் எழுதப்பட்டிருப்பதாக அப்பா அம்மாவிடம் சொன்னார்.

இரவு ஏழெட்டு மணி இருக்கும். L—ப்ளாக்கிலிருந்து ஓர் அத்தை வந்தார். பர்ஸ் அவர்களுடையதுதானாம். ஸ்வீட், காரம் எல்லாம் வாங்கி வந்திருந்தார். அந்த பர்ஸ், அவருடைய பள்ளித்தோழி அவருக்களித்த பரிசுப்பொருளாம். மூன்று மாதங்களுக்கு முன் காணாது போயிருக்கிறது. தேடித் தேடிப் பார்த்திருக்கிறார். மனங்கொள்ளாத மகிழ்ச்சியிலிருந்தார் அவர்.

அந்த ஆண்டின் பொங்கல் விழாவில் யூனியன் தலைவர் மாமா, அந்த நிகழ்வைக் குறிப்பிட்டு, எனக்கு ஒரு சிறிய சில்வர் கப்பை பரிசளித்துப் பாராட்டினார். குவாட்டர்ஸே அதற்குக் கைதட்டியது. நான் உயரப் பறந்தேன். நம்மைப்பற்றி நாம் என்ன எண்ணிக்கொள்கிறோம் என்பதிலில்லை, உள்ளபடி, நாம் சற்றும் எண்ணிப்பார்த்திராத சூழலில், நாம் எப்படிச் செயல்படுகிறோம் என்பதில்தான் இருக்கிறது நமக்கான அடையாளம் போல! லேடி ஃபேர்டு எனக்கு அளித்த பரிசு அது. இன்று சர்க்கார் புதூரில் சின்னப்பன் அண்ணனின் பேரன், அந்த சைக்கிளில்தான் பள்ளிக்குப் போகிறானாம்.

நிவேதிதா சுரேஷ்வரன் ♦ 55

9. கருணையின் கரங்கள்

ஒருநாள் கோவை சூலூரிலிருந்து ஒரு தொலைபேசி அழைப்பு. அப்பா புது லாரி வாங்கி நஷ்டப்பட்டுப் போனதிற்குப் பிற்பாடு, அப்பாவுக்கு அவருடைய தங்கையுடனான உறவில் பிணக்கம் ஏற்பட்டது. போக்குவரத்து இல்லை. அப்பாவின் தங்கையின் இளைய மகன் ரத்தினம்தான் பேசினான். "பாட்டிக்கு சுகமில்லை" என்பதே செய்தி. "என்ன, ஏது?" என்று மேலும் விசாரிப்பதற்குள்ளாகவே தொலைபேசி கட்டாகிவிட்டது. அப்பா மதிய உணவிற்கு வீட்டிற்கு வந்ததும், அம்மா தகவலை அப்பாவிடம் சொல்ல, "இருக்கிற நிலைமைலெ, நாம செய்யறதுக்கு ஒண்ணுமில்லை. சும்மா இரு" என்றுவிட்டார் அப்பா.

இரண்டுநாட்கள் கழித்து, அப்பாவின் தங்கையின் கணவர் பூபாளன் தொலைபேசியில் அழைத்தார். "நிலைமை சரியில்லை" என்பது செய்தி. அம்மா, "அண்ணனா பேசறது" எனக் கேட்க, "இல்லை, பக்கத்து வீட்டுக்காரர்' என்று தொலைபேசி அழைப்பைத் துண்டித்துக்கொண்டாரவர். அம்மா இந்தத் தகவலையும் அப்பாவிடம் கூற, அப்பாவிடமிருந்து அதே பதில். அப்பாவின் அம்மா அடிக்கடி சிறுமுகைக்கு வருவார். அவர் வந்து சென்ற ஒருவாரத்திற்கு அப்பாவுக்கும் அம்மாவுக்கும் இடையில் சண்டை ஓயாது. "நீங்க வராட்டியும் பரவாயில்லை. நான் கிளம்பறேன். நாளைக்கு ஏதுன்னா எந்தலைதான் உருளும்" என்று அம்மா கிளம்பிவிட்டார் என்னையும் அழைத்துக்கொண்டு.

அப்பாவின் தங்கையின் வீட்டில்தான் அப்பாவுடைய அம்மா கிடப்பிலிருந்தார். நிலைமை சரியாக இல்லை என்று பார்த்தபோதே தெரிந்தது. அம்மா அப்பாவிற்கு தொலைபேசி வாயிலாக நிலைமையை எடுத்துச்சொல்லி, பணத்திற்கும் ஏதாவது ஏற்பாடு பண்ணிவைக்கச் சொன்னார். அப்பாவின் அம்மாவை அழைத்துக்கொண்டு அப்பாவின் தங்கை, அவரது தங்கையின் கணவர் என்று அனைவருமாக கதிர்மில்லிற்கு அருகிலிருக்கும் ஒரு தனியார் மருத்துவமனைக்குக் கிளம்பினோம். நாங்கள் அங்கு சென்று சேரும்போது, அப்பாவும் அங்கு வந்துவிட்டார்.

அப்பாவின் அம்மாவின் உடல்நிலையைப் பரிசோதித்த மருத்துவர், "நிலைமைப் படுமோசம். கவர்ன்மெண்ட் ஹாஸ்பிடல், குப்புசாமி நாயுடு அல்லது பி.எஸ்.ஜி.—க்குத்தான் இனி போகவேண்டும். என்ன செய்யலாம்?" என்று கேட்க, அப்பா "குப்புசாமி நாயுடு ஹாஸ்பிடலுக்கே எழுதிக்கொடுத்திடுங்க" என்றார் மருத்துவரிடம். "ஒருமுறை உங்க தங்கையிடமும் தம்பியிடமும் கலந்து பேசி முடிவெடுங்க" என்று அம்மா சொல்லப்போக, "எங்கம்மாவை எப்படிப் பார்ப்பதென்று எனக்குத் தெரியும்" என்று அம்மாவைக் கடிந்துகொண்டார் அப்பா.

குப்புசாமி நாயுடு ஹாஸ்பிடலில் அப்பாவுடைய அம்மாவை அட்மிட் செய்தோம். மருந்துபில் ஆறாயிரம் கட்டச் சொன்னார்கள். அப்பாவின் கையில் பணமில்லை. அம்மா சொல்லியும் அப்பா பணம் ஏதும் ஏற்பாடு செய்யாமல், தூங்கி எழுந்து, அப்படியே வந்திருக்கிறார். அம்மாவிற்குக் கோபம். அவருக்கும் என்ன செய்வதென்று தெரியவில்லை. அப்பாவுடைய தங்கை தனது குடும்பப் பரிவாரங்களோடு வந்தும் புண்ணியம் ஒன்றுமில்லை. போதாதற்கு, அப்பாவின் தம்பியும் தனது படையோடு வந்துவிட்டார். பில் கட்ட மட்டும் பணமில்லை.

அப்பா, அம்மாவை சிறுமுகைக்கு அனுப்பிப் பணத்தை எப்படியாவது ஏற்பாடு பண்ணிக் கொண்டுவரச்சொன்னார். அம்மாவும் நானும் இரவு சிறுமுகைக்குக் கடைசிப் பேருந்தில் கிளம்பினோம். மணி பதினொன்னரை ஆகிவிட்டது. யாரை எழுப்பிக் கேட்க... காலையில் பணத்தோடு போனால்தான் அப்பாவுடைய அம்மாவை டிஸ்சார்ஜ் செய்யமுடியும்.

அம்மா 1—ம் நம்பர் மாமாவின் வீட்டுக் கதவைத் தட்டினாள். வாணி அத்தைதான் கதவைத் திறந்தார். "என்ன நிவிம்மா இந்த நேரத்துலெ, சாப்டிங்களா?'' என்றார். அம்மா விவரம் சொல்ல, மாமா, வீட்டிலிருந்த பதினோராயிரம் ரூபாயை அப்போதே எடுத்துக்கொடுத்தார் அம்மாவிடம். "பேங்க்கிலிருக்கும் தொகையையும் எடுத்து மாமாவிடம் காலையில் மருத்துவமனைக்கே கொடுத்தனுப்புகிறேன்" என்று அத்தை கூறினார். "நிவியைக் காலையில் இங்கேயே விட்டுவிட்டுப் போங்கள். நாங்கள் வரும்போது அவளைக்கூட்டிவருகிறோம்" என்றார்கள். அம்மா தூங்கிக்கொண்டிருந்த என்னைச் சிறுமுகையிலேயே விட்டுவிட்டு, அதிகாலையில் முதல் பஸ் பிடித்து, கோவை குப்புசாமி நாயுடு மருத்துவமனைக்குச் சென்றார்.

அம்மா சிறுமுகையிலிருந்து கிளம்பும்போது பருப்புசாதம் செய்து எடுத்துக்கொண்டு போனார். அப்பாவின் தங்கை, "காலையிலேயே சாதமா, வேண்டாம்" என்று சொல்ல, அப்பா, தனது தம்பி, தங்கை பட்டாளத்தோடு கேண்டினுக்குச் சென்று அவர்களுக்கான காலை டிபனை வாங்கித் தந்தார். 'மருந்து பில் ஆறாயிரம் போக மீதமிருக்கும் ஐந்தாயிரம் போதாதா மற்ற செலவுகளுக்கு... ?'

1—ம் நம்பர் வீட்டு உதயகுமார் மாமா வங்கியிலிருந்து எடுத்த பணம் இருபதாயிரத்தோடு, காலையில் மருத்துவமனைக்குச் சென்றுவிட்டார். அத்தை, அங்கிருப்பவர்களுக்காகச் சமைத்துக் கொடுத்தனுப்பியிருந்த மதிய உணவையும் அவர் உடன் எடுத்துச் சென்றிருக்கிறார். சிறுமுகை பழனிச்சாமி மாமா, அன்று வேறுயாரோ ஒருவரைப் பார்ப்பதற்காக வந்தவர், எனது அம்மாவைப் பார்த்துவிட, அம்மா விபரத்தை அவரிடம் கூற, உடனே தன்னிடமிருந்த முப்பதாயிரம் ரூபாயை எனது அம்மாவிடம் எடுத்துக்கொடுத்துள்ளார். அம்மா, "வேண்டாம் அண்ணா" என்று மறுத்திருக்கிறார். "நிவியை சிறுமுகையிலேயே விட்டுவிட்டு வந்தது நல்லது. பணம் தேவைப்பட்டால் தயங்காமக் கேளும்மா" என்று சொல்லிவிட்டுக் கிளம்பிவிட்டார் பழனிச்சாமி மாமா.

சிறுமுகை பழனிச்சாமி மாமா இனிய மனிதர். நான் லேடி பேர்டில் குவாட்டர்ஸை வட்டமடிக்கும்போது, "ரொம்ப நேரமா

ஓட்டிக்கிட்டு இருக்கறியேம்மா, வா, வந்து சாப்பிடு என்று திண்பண்டங்கள், பழவகைகள், காஃபி, ஜூஸ் என்று ஏதாவது எனக்குத் தருவார். இரவு நான் விளையாடித் திரும்புகையில், வீட்டு முன்விளக்கைப்போட்டு பாதையை ஒளிரவிடுவார். அவர் யாரோடும் அதிகம் பேசமாட்டார். அவரோடும் யாரும் அதிகம் பேசமாட்டார்கள். எனக்கு எந்தப் பேதமும் கிடையாது. அவர் எனக்கு மாமா!

பழனிச்சாமி மாமா பணம் கொடுக்க, அம்மா வாங்க மறுத்ததை, அப்பாவின் தம்பியின் மனைவி பார்த்துவிட்டு, அப்பாவின் தங்கையிடம் போய்ச் சொல்லியிருக்கிறாள். அப்பாவின் தங்கை அப்பாவை அழைத்து, கிடைத்த தகவலைக் கடத்த, அப்பா அம்மாவைக் கூப்பிட்டுக் கேட்டிருக்கிறார். அம்மா கஷ்டப்பட்டு ஏற்பாடு செய்த பணத்தை அப்பா, ஹோட்டலுக்கு, காஃபி, டீ, ஸ்நாக்ஸ் என்று செலவு செய்வதைப் பார்த்து கோபத்திலிருந்தார். தூக்கம் பாராமல் எழுந்து சமைத்து வந்த உணவும் காலையில் சாப்பிடப்படாது போக, உள்ளபடி அம்மாவுக்கு வருத்தம். கையில் பணம் இல்லாத நேரத்தில் எதற்கு இப்படியான செலவு என வருந்திக்கொண்டிருந்தாள். அப்பாவின் தம்பி மனைவியைப் பார்த்து அம்மா ஒரு பிடிபிடித்திருக்கிறாள். “பணம் கொடுக்க வாங்க மறுத்துவிட்டாள் என்று கூறியிருக்கிறியே, வாங்கறது பெரிதில்லை. பிறகு கட்டணுமே. நீ எவ்வளவு பணம் கொண்டு வந்திருக்கிறாய் ?” என்று நேராக கேட்டுவிட்டார். “தகவல் கிடைத்ததும் கிளம்பியது. திரும்பிப் போகவே நிவி அப்பாதான் எங்களுக்கு ஐநூறு ரூபாய் பஸ்சுக்கென்று கொடுத்திருக்கிறார்” என்றிருக்கிறாள் அப்பாவின் தம்பியின் மனைவி. அம்மா வேறு எதுவும் பேசவில்லை. எனது அம்மாவழிப் பாட்டியின் அண்ணன், லிங்குசாமி பெரியப்பா ஒரு பத்தாயிரம் ரூபாயைப் புரட்டிவந்து எனது அப்பாவிடம் நேராகச் சென்று கொடுத்துவிட்டார்.

அப்பாவின் அம்மாவின் நிலைமை மேலும் மோசமாக, அம்மா அப்பாவிடம் சொல்லிவிட்டாள் “என்னாலெ பணம் பொரட்ட முடியாது. உங்களுக்கு சாமார்த்தியம் இருந்தா பார்த்துக்குங்க. இனி உங்கபாடு, உங்க தம்பி, தங்கச்சிக பாடு” அப்பா அவருடைய அம்மாவை முக்கோணம் பூர்வீக வீட்டிற்கு கூட்டிச்செல்ல முடிவெடுத்தார். அப்பாவுடைய அம்மா அங்குபோனதும் இறந்தார்.

5—ம் நம்பர் வீட்டு மாலா அத்தை தயார்படுத்த, தியாகு மாமா என்னை முக்கோணத்திற்கு அழைத்துப்போக வந்தார். தியாகு மாமாவின் மச்சானும் சரி, ராஜகோபால் மாமாவும் சரி ஒரு விஷயத்தில் குறியாய் இருந்தார்கள். 'நிவியை முக்கோணத்திற்கு எவ்வளவு தாமதிக்க முடியுமோ அவ்வளவு தாமதித்து சென்று சேர்ப்பது' தியாகு மாமாவோடு வழக்கம்போல கடைகடையாய் வேட்டை. மேட்டுப்பாளையத்தை ஒரு ரவுண்டு அடித்துவிட்டு, பின்னர் கோவைக்குப் போனோம். கோவையில் லிங்குசாமிப்பெரியப்பா எங்களோடு சேர்ந்துகொண்டார். நாங்கள் முக்கோணம் சென்றுசேர்ந்தபோது, சிறுமுகையிலிருந்து பலரும் அங்கு முன்னரே வந்து சேர்ந்திருந்தார்கள்.

சர்க்கார் புதூர் பெரியப்பா ஐந்தாயிரம் ருபாயும், லிங்குசாமி பெரியப்பா பத்தாயிரம் ரூபாயும், ராஜகோபால் மாமா ஒரு ஐந்தாயிரம் ரூபாயையும் எனது அப்பாவிடம் நேரடியாகக் கொடுத்தார்கள். "பணத்தைக் கொடுத்தால் உன் புருஷனோட ஆட்டம் தாங்காது. பொணத்தை வெச்சுகிட்டு ஒருவாரம் கொண்டாடிடுவாப்பல்லெ. மொதல்லெ பொணத்தைச் சீக்கிரமா எடுக்கச் சொல்லு விஜி. வயிறு உப்பிப்போயிடுச்சு. இன்னைக்கே கருமாதியையும் முடிச்சிடலாம். உன் புருஷன்கிட்ட போய்ச் சொல்லு. இல்லேனா, அக்கான்னு கூட பார்க்கமாட்டேன்" என்றார் ராஜகோபால் மாமா அம்மாவிடம். உதயகுமார் மாமா மேலும் பத்தாயிரம் ரூபாயை எடுத்துக்கொண்டு வந்துவிட்டார். அலெக்ஸாண்டர் மாமாவின் வீட்டிற்குக் குடிவந்திருந்த ராமசாமி மாமா இருபதாயிரம் ரூபாயோடும், பழனிச்சாமி மாமா கையில் இப்போது ஐம்பதாயிரம் ரூபாயோடும் வந்திருந்தார்கள். அம்மா எல்லாப் பணத்தையும் வாங்கி, கோவிந்தராஜ் தாத்தாவிடம் கொடுத்துவைத்தார்கள். சொந்தபந்தமே கைவிரிக்கும் காலகட்டத்தில், கொஞ்சம்கூடத் தயக்கமின்றி உதவிக்கு வரும் கரங்கள் உள்ளபடி கடவுளின் கரங்கள்! எண்ணிக்கையில் அதிகமாய் அத்தகைய கரங்களை நான் சிறுமுகையில்தான் பார்த்தேன்.

சிறுமுகையிலிருந்து ஒரு வேன் நிறைய வந்தார்கள். அப்பாவின் அம்மாவைக் கலசம் வைத்துத் தேர் கட்டிப் பாடை எடுக்கவேண்டுமென்று அப்பாவின் தங்கை சொல்ல, அப்பா, "ஆகட்டும்" என்றார். எல்லாம் அன்றே ஆனது.

10. பூப்பு

சரஸ்வதி பூஜை! அன்றுதான் நான் பூப்படைந்தேன். காலையில் எழுந்ததும் வழக்கம்போல, ப்ரியாவும் ஸ்ரீராமும் நானும் விளையாடிக்கொண்டிருந்தோம். விளையாட்டிற்கிடையில்தான் நிகழ்ந்தது அது. அன்றைக்கு முந்தைய தினம்தான் சர்க்கார் புதூரிலிருந்து ரங்கநாதன் பெரியப்பாவும் தேவிம்மாவும் சிறுமுகைக்கு வந்திருந்தார்கள். கண்ணன் அண்ணா அப்போது விஸ்கோஸில்தான் டெம்ப்ரவரியாக வேலை செய்துகொண்டிருந்தான். எனது அப்பா ஊராட்சி மன்றத் தலைவரின் பதவியேற்பு விழாவில் கலந்துகொள்ள, அன்று நேரத்திலேயே ஆலாங்கொம்பிற்குச் சென்றிருந்தார். அம்மா ஆலாங்கொம்பிற்கு நடந்தேபோய், அப்பாவிற்குத் தகவல் சொல்லி, கூடவே அழைத்துவந்தார். அப்பா வந்ததும், அடுத்து நடக்கவிருப்பன குறித்து ஆலோசிக்கப்பட்டது.

அப்பா அவருடைய தங்கைக்கு, போதிய காலம் இல்லாததால், தொலைபேசியிலேயே அழைப்பு விடுத்தார். அப்பாவுடைய அம்மாவின் இறப்பிற்குப்பின் இப்போதுதான் அப்பா அவரிடம் பேசுகிறார். அப்பாவின் தங்கை, "வரமுடியாது, வேறு யாரையாவது வைத்து முறைசெய்துகொள்" என்று சொல்லிவிட்டார். ராஜகோபால் மாமா, ஜெயஸ்ரீ அத்தையோடு வந்து முறைசெய்வதென்று பின் முடிவானது.

சர்க்கார் புதூரிலிருக்கும் தாத்தாவுக்குத் தேவிம்மா தகவல் சொல்ல, தாத்தாவும் "சீர்லெ நாம செய்யறெ முறையை நீங்க

செஞ்சிட்டு இப்ப வந்துடுங்கம்மா. நீங்க இங்க வந்ததும், நாங்க அங்க கிளம்பிப் போயிக்கிறோம்” என்றிருக்கிறார். சர்க்கார் புதூர் பெரியப்பா, “என்ன செய்யணுமோ சொல்லுங்க, செய்திடலாம்” என்று அப்பாவிடம் சொல்லிவிட்டார். தேவிம்மாவும் அம்மாவுமாகச் சேர்ந்து D — ப்ளாக்கிலிருக்கும் பிற பதினோரு வீட்டிற்கும் சென்று எனக்கான தண்ணீர் ஊற்றும் சடங்கில் பங்கேற்கச் சொல்லி அழைப்புவிடுத்தார்கள்.

ரங்கநாதன் பெரியப்பாவும் கண்ணனும் மேட்டுப்பாளையம் சென்று ஸ்ரீ கிருஷ்ணா ஸ்வீட்ஸ்சில் இனிப்பும் காரமும் வாங்கிவந்தார்கள். D — ப்ளாக் அத்தைகளெல்லாம் சேர்ந்து, எனது அப்பாவிடம்,”என்னண்ணா பண்ணலாம், நம்ம நிவியோட பங்ஸனை, மண்டபம் பிடித்து கிராண்டா பண்ணிடலாமா? இல்லை, தாய் மனைவெச்சுத் தண்ணி ஊத்திடலாமா “ என்று கேட்க, அப்பா, “முக்கோணம் போய் என்னோட அப்பா, தம்பி, தங்கச்சியோடு கலந்துபேசிட்டு வர்றேன். பிற்பாடு அதை முடிவு பண்ணிக்கலாம்” என்று சொல்ல, “சரி பேசிட்டுச் சொல்லுங்கண்ணா பார்த்துக்கலாம்” என்றார்கள்,D — ப்ளாக் அத்தைமார்கள்.

அன்று மாலை தேவிம்மாவும் பெரியப்பாவும் எனக்கான அன்றைய முறையைச் செய்துவிட்டுச் சர்க்கார் புதூருக்குக் கிளம்பிச் சென்றார்கள். எனது அப்பா, அடுத்தநாள் உறவு முறைக்குத் தகவல் சொல்லக் கிளம்பிச் சென்றார். அப்பா கிளம்பிச் சென்ற அன்றைய மதியம் கோவிந்தராஜ் தாத்தாவும், கமலம்மா பாட்டியும் வந்துவிட்டார்கள், சர்க்கார் புதூரிலிருந்து.

D — ப்ளாக் களைகட்டத் துவங்கியது. வேளைக்கொரு வீட்டிலிருந்து எங்களுக்கான உணவு தயாராகி வந்தது. வீட்டில் அம்மாவிற்கும் கமலம்மா பாட்டிக்கும் காஃபி, டீ போட்டுத் தருவதற்கே நேரம் சரியாக இருந்தது. லேடி பேர்டு ஆலாங்கொம்பு லேபர் குவாட்டர்ஸிலிருக்கும் 13 —ப்ளாக்கிலும் எனக்கான அத்தைமார்களை அறிமுகப்படுத்தியிருந்தது. அம்மாவுக்கே ஆச்சர்யம். மேட்டுப்பாளையத்தில் அப்போதுதான் ஸ்ரீகிருஷ்ணா ஸ்வீட்ஸ் புதிதாகத் திறக்கப்பட்டிருந்தது. இனிப்பு வகைகள் வீட்டில் குவிந்தன. எனக்குள் ஒருவித குதூகலம்!

அப்பா திரும்பி வந்ததும், D — ப்ளாக் அத்தைமார்கள் அவரைச் சூழ்ந்துகொண்டனர். 7 —ம் நாள் சடங்கை, D — ப்ளாக்கிற்கு முன்பே வைத்துக்கொள்வதென்றும், 6 —வது நாள் இரவிலிருந்து D — ப்ளாக்கில் யாரும் சமைக்கக் கூடாதென்றும், 6 —ம் நாள் இரவு மற்றும் 7 — ம் நாளின் மூன்று வேளைக்குமான மெனு குறித்தப் பேச்சு இரவு பதினொன்றைத் தாண்டியும் நீண்டு ஒருவாறு அதுவும் தீர்மானமானது.

நான்காவது நாள் எனது அப்பாவின் அப்பா வந்தார். எனது அப்பா சீலை எடுத்துத்தர, எனது அப்பாவின் தம்பியின் மனைவிதான் 7 —ம் நாள் தண்ணீர் ஊற்றி, என்னை வீடுபுக வைக்க வேண்டும் என்றாரவர். 11 —ம் நம்பர் வீட்டு ராஜவேணி அத்தை "அதெப்படிங்க அண்ணா, இது நமது முறையில்லையே " என்று கேள்விகேட்க ஆரம்பிக்க, அவரோ "எங்கட்டெ விழறவரைக்கும் நா சொல்றதுதான் நடக்கணும்" என்றார். பிரார்த்தனைகளிலேயே ஆகச்சிறந்தது 'உறவுகளிலிருந்து என்னைக் காப்பாற்று இறைவா, மற்றவர்களை நான் பார்த்துக்கொள்கிறேன்' என்பதுதான் என்று உரக்கச் சொல்லத் தோன்றுகிறது. அத்தைமார்கள் எல்லோரும் சேர்ந்து அவரிடம் ஒன்றுபோலச் சொன்னார்கள், "நிவி எங்க பொண்ணு. எது முறையோ அது நடக்கட்டுங்க அண்ணா". அவர் துண்டை உதறிவிட்டு, எழுந்து போய்விட்டார். அப்பாவுக்கும் வேறுவழியில்லை. அமைதியாக இருந்துவிட்டார் அன்று.

6—வது நாளில் அப்பாவுடைய தம்பியும், தம்பியின் மனைவியும் அவர்களது குழந்தைகளோடு வந்தார்கள். அப்பா அவர்களோடு புங்கமரத்தடியில் நின்று எதையோ பேசிக்கொண்டிருந்தார். திரும்பி வந்த அவர்கள் ஸ்டோன் பென்ச்சில் அமர்ந்ததோடு சரி. வேறு எங்கும் நகரவில்லை. அப்பாவின் முகம் இருண்டிருந்தது.

எந்த நிகழ்ச்சி என்றாலும் சமையற்கட்டில் கதகளியாடும் அப்பா, அன்று அமைதியாக, தம்பியோடும், தம்பிமனைவியோடும் அமர்ந்துகொண்டார். D — ப்ளாக் அத்தைமார்கள் சமையல் வேலையில் இறங்கிவிட்டார்கள். ஆளுக்கொரு வேலை. பேச்சும் சிரிப்புமாய் வேலை நடந்துகொண்டிருந்தது. அத்தைமார்கள் எனது அப்பாவிடம் சொல்லியே விட்டார்கள், "அண்ணா, நேத்துவரைக்கும் இருந்த எங்க அண்ணன் அல்ல இது.

நிவேதிதா சுரேஷ்வரன் ◆ 63

பரவாயில்லை, வேலை செய்ய இங்க நாங்க இருக்கோம். சாப்பிட மட்டும் வராம இருந்துடாதீங்க"

இரவு உணவு முடிந்ததும், அடுத்த நாள் காலை உணவிற்காக, வெங்காயம் உரித்தல் அது இதுவென்று அடுத்தகட்ட வேலையை, அத்தைமார்கள் சாவகாசமாகக் கதையடித்தபடி ஆரம்பித்தார்கள்.

சர்க்கார் புதூருக்குப் போன அப்பா, எனது "தாத்தா, பாட்டி மட்டும் வந்தால் போதும்" என்றிருக்கிறார். ரங்கநாதன் பெரியப்பாவும், தேவிம்மாவும் அழைப்பில்லாததால் அங்கேயே இருந்துவிட்டனர். எனது அண்ணன் கண்ணனுக்கு மனசு கேட்கவில்லை, வந்துவிட்டான். அவன் வந்ததும்தான் அம்மாவுக்கு விஷயம் தெரிந்தது. தாத்தாவும், பாட்டியும் கூட இந்த விஷயத்தை அம்மாவிடம் சொல்லியிருக்கவில்லை. தேவிம்மா சொல்லவேண்டாம் என்றிருக்கிறாள். 'அப்பாவிடம் இதுபற்றிப் பேசினால், இப்போது சரியாக இருக்காது' என்று அம்மா அமைதியாக இருந்துவிட்டாள். தேவிம்மா தினமும், கமலம்மாவிடம் ஃபோன் போட்டு நடப்பவைகளை விசாரித்தபடி இருந்தார்.

சர்க்கார் புதூரில் அம்மாவிற்கு தம்பி முறையாகும் ஜோதிக்குமார் மாமாவை, தேவிம்மா அழைத்து, "நிவிக்கான சடங்கை முறைப்படி செய்ய உனக்கும் உரிமையுள்ளது. போய் செய்துவிட்டு வா" என்று கையில் பணமும் கொடுத்து அனுப்பிவைக்க, "நான் போய் செய்கிறேன் அக்கா. நிவியோட அப்பாவைப் பற்றி எனக்குத் தெரியாதா..." என்றுவிட்டு, எனக்கான முறையை அவரும் அவரது மனைவி முத்துலட்சுமி அத்தையும் முன்னின்று செய்தார்கள்.

அப்புராஜ் மாமா, 'நீ என்னடா கூப்பிடறது எம்புள்ளையோட விஷேசத்திற்கு' என்று அவராகவே வந்துவிட்டார். அதேபோல, E — ப்ளாக்கின் ராஜன் மாமா, அத்தையோடே வந்துவிட்டார். எங்களது ப்ளாக்கிற்கு நேர் பின்னால் இருக்கும் C — ப்ளாக்கின் ருக்மணி அத்தை, எங்களது வீட்டிற்கு வந்து அம்மாவைப் பார்த்து அழுதார். "நிவி எங்கவீட்டுப் பொண்ணுமாதிரி. எங்களுக்கு அழைப்பில்லையா? அவரு இன்னைக்கு வேலைக்குக் கூடப் போகலை. என்னை மட்டும் போய்ப் பார்த்துட்டு வரச்சொன்னார்.

மனசு கேட்காம அவரு இப்ப வீட்ல உட்கார்ந்திருக்கார்" என்று சொல்ல, அம்மா, அப்பாவையும் அழைத்துக்கொண்டு C — ப்ளாக்கிற்குப்போய் மாணிக்கம் மாமாவைப் பார்த்தார். "இப்ப இருக்கிற சூழ்நிலையிலெ, எல்லாரையும் அழைக்க முடியலேண்ணா. மன்னிச்சுக்கங்க. கூப்பிடக்கூடாதுன்னு இல்லீங்கண்ணா. தப்பா நெனச்சுக்காதீங்க. இப்ப வாங்கண்ணா" என்றழைக்க, மாணிக்கம் மாமாவும், ருக்மணி அத்தையும் உடனே வந்தார்கள். இரத்த உறவுகள் இரத்தம் கேட்க, மற்ற உறவுகளுக்கு மனசு மட்டுமே போதும் போலும்.

ஏழு நாட்களும் விழாக்கோலம்தான். கொண்டாட்டம்தான். ஏழாவது நாள் மாலை, அப்பாவின் தம்பி குடும்பம் கிளம்பியது. 11 வீட்டு அத்தைமார்களும் காத்திருந்ததுபோல ஒன்றாய் வந்து, "ஏன்ணா இப்படிப் பண்ணினீங்க? நீங்க பண்ணினது சரியா? பொண்ணுக்குச் செய்யற சீர் எதையும் நீங்க செய்யலெ.. இன்னொருமுறை இந்தச் சீர் செய்யமுடியுமா?" என்று கேட்க, "இல்லெ, எம் மனசுலெ தங்கச்சி வரலேன்னு வருத்தம்" என்று பதிலளித்தார் அப்பா. "நீங்க கூப்பிட்டீங்க, அவங்க வரல்லெ. ஆனா, நீங்க போய்க்கூப்பிடாமலேயே எத்தனைபேர் இங்க வந்திருந்தாங்க. நீங்களே பார்த்தீங்கள்ள..? நீங்க கலகலப்பா இல்லாதது எங்களுக்கே சங்கடம்தாண்ணா. நீங்க இருந்தும், அந்தப் பொண்ணுக்கு நீங்க இல்லாத மாதிரி பண்ணீட்டிங்களேண்ணா?" என்றார்கள் சிறுமுகை அத்தைமார்கள். தலைகுனிந்து அமர்ந்திருந்தார் அப்பா. அப்பாவை எனக்கு உண்மையிலேயே மிகமிகப் பிடிக்கும்.

11. புருஷ இலட்சணம்

“**வி**ஸ்கோஸ் ரெயான் யூனிட்டின் நிலைமை அவ்வளவு சரியாயில்லை. எந்த நேரத்திலும் இழுத்து மூடப்படலாம் என்கிற நிலை. “கம்பெனிக்குக் கேன்ஸர் வந்திடுச்சு. இனி காப்பாத்த முடியாது” என்றார் அன்வர் மாமா. அவர் கட்சிப் பிரமுகர் கூட.

“கம்பெனியை சட்டுன்னு இழுத்து மூடிட்டான்னா, யாரைப்போயி கேள்வி கேட்க முடியும். பூட்ட இழுத்துப் பாத்துட்டுட்டு வந்துடவேண்டியதுதான். அதனாலெ இப்பவே ரிசைன் பண்ணிட்டா நல்லது. ஒரு வருஷத்துலெ இரண்டு லட்சம் கிடைக்கும் என்று சொல்றாங்க. கிடைத்தது லாபம்னு போயிடலாம்” என்கிறார் அப்பா.

11—ம் வீட்டு அத்தை,“ஒருத்தர், ரெண்டு பேருக்குன்னா ஏதாவது காரணம் சொல்லலாம். ஒட்டு மொத்தத் தொழிலாளர்களுக்கும் எனும்போது, கம்பெனி சரியானபப்திலெ சொல்லியாகணும். அதனாலெ பெரிதா பயப்படத்தேவையில்லை. அக்கா, எல்லாம் நல்லவிதமாத்தான் முடியும். அண்ணன் வேலையை வேண்டாம்னு எழுதிக்கொடுத்திடப் போறாரு,அதெமட்டும் பார்த்துக்க.

வீட்டுக்கு வாடகை, கரண்ட், தண்ணி எல்லாம் கம்பெனிதானெ இப்ப பார்த்துக்கிட்டு இருக்கு. அப்படி ஒண்ணும் பெரிசா இக்கட்டு வந்திடலியே. கம்பெனி ஸ்டோர் இருக்கு, கடன் வாங்கிக்கலாம். அரைவயத்துக் கஞ்சினாலும் குடிச்சிட்டு இருப்போம். முடிவுன்னு ஒன்னு இதற்கு இருக்காமெப் போகாது. லேசுலெ யாரும் இதெ விட்டுடவும் மாட்டாங்க. அப்படி ஒருவேளை மாறி நடந்தா, அதுவும் எல்லாருக்குமானதுதானெ. ஏத்துக்குவோம்” என்றார்.

அப்பா, ரிசைன் பண்ணினார். கையில் ஒன்றுமில்லை, இப்போதைக்கு இருக்கிற ஒரே போக்கிடம் சர்க்கார்புதூர் பெரியப்பாவின் தோட்டத்துச் சாலை. "அங்கு வேண்டாம். வாழ்ந்துகெட்டுச் சொந்த ஊருக்குத் திரும்பக்கூடாது. கையிலெ திறமை இருக்கு, ஏதாவது வேலை தேடுங்க. ஒரு வருஷத்திற்குப் பிற்பாடுதான் பணம் வரும். அதுவரைக்கும் நாம என்ன பண்றது? ரெண்டும் பெண் குழந்தைங்க, யோசிங்க" என்றாள் அம்மா. "வேலை எல்லாம் பார்க்கமுடியாது. வேணும்னா நீ ஏதாவது பண்ணி சம்பாரிச்சுட்டு வா, இல்லெ, சாகலாமா? அதுக்கும் நான் தயார்" என்றார் அப்பா. நாங்கள் சர்க்கார் புதூருக்கு மொத்தமாய் இடம் பெயர்ந்தோம், கையில் ஒத்தக் காசு இல்லாமல்.

ரங்கநாதன் பெரியப்பாவிடம், "ஒரு வருஷம் கழிச்சி இரண்டு லட்சம் ரூபாய் வரும். நீங்களே எடுத்துக்கங்க. இனி நாங்க இங்கயே இருந்திடறோம். பொண்ணுகளெப் படிக்கவெச்சிடுங்க. நானும் தோட்டத்தப் பாத்துக்கறது, அதுஇதுன்னு கூட இருக்கேன்" என்றார் அப்பா. பெரியப்பா, "அதெப் பிற்பாடு பார்த்துக்கலாம். அதுக்குள்ளே உங்களுக்குன்னு ஒரு வேலை செட்டாகாமலா போகும்." என்றார்.

பகல் முழுவதும் தூக்கம்; இரவில் சர்க்கார் புதூர் லட்சுமணசாமியோடு அரட்டை. இப்படியே அப்பா காலம் ஓட்டினார். அன்னை அபிராமியில் என்னைப் பத்தாம் வகுப்பில் சேர்த்துவிட்டார், ரங்கநாதன் பெரியப்பா. நந்தினியும் அங்குதான் இரண்டாம் வகுப்புப் படித்துக்கொண்டிருந்தாள். பெரியப்பாவுக்கும் கடன் பிரச்சனை, அதுஇது என்று இருந்தன. விவசாயமும் சொல்லிக்கொள்ளும்படி இல்லை. இருந்தும், பெரியப்பா ஒற்றை ஆளாய் குடும்பத்தை இழுத்தார். அவருடைய பென்சன் தொகையால் சாப்பாட்டுக்குப் பிரச்சனையில்லை என்றிருந்தது அங்கு.

அப்பாவிற்கான செட்டில்மெண்ட் தொகையாக இரண்டு லட்ச ரூபாய் வந்தது. வந்த தொகையை அப்பா பெரியப்பாவிடம் கொடுத்துவிட்டார். சர்க்கார் புதூரிலிருக்கும் அம்மாவின் பூர்வீகவீட்டில் அப்போது நாகராஜன் மாமா இருந்தார். அரிசிக்கடையில் நல்ல வருமானம் அவருக்கு. வாய்க்காலை ஒட்டி

நிவேதிதா சுரேஷ்வரன் ◆ 67

ஒன்பது ஏக்கர் பூமியும் அவருக்கிருந்தது. "அந்த வீடு ராசியான வீடாம். நாகராஜனை வீட்டைக் காலிபண்ணச் சொல்லச்சொல். நாம அங்க குடிபோயிடுவோம். நம்ம வாழ்க்கையை நாம பாத்துக்கலாம். பணத்தைத் திருப்பிக் கேள். நாம ஏதாவது பிஸினஸ் செய்யலாம்." என்று அம்மாவிடம் அப்பா சண்டை போடத்துவங்கினார்.

"கிணத்துவெட்டு வேலை நிறைய நடக்குதாம். மோட்டர் ஃபிட்டர் வேலை கத்துக்கிட்டா நல்ல வருமானமாம். கூடவே மண்ணை மேலெ இழுக்க, ரெண்டு க்ரேனையும் வாங்கிப்போட்டுடுவோம். ஒரு நாளைக்கு மூவாயிரம் ரூபாயை அது சம்பாதிச்சுக்கொடுக்கும். பணத்தைத் திருப்பி வாங்கு." என்றும், "பழைய இரும்புகளை வாங்கி,வித்தா நல்லகாசு. மொத்தமா கம்பெனிகளிலெ டெண்டர் எடுத்து,அதெச் செய்யலாம்னு இருக்கேன். பணத்தைவாங்கு'' என்றும் நாளுக்கொரு திட்டத்தோடு வருவார் அப்பா. "பணத்தைத் திருப்பிக் கேட்டியா, இல்லியா?" என்று ஒருமுசுவு சண்டை நடக்கும். அப்பா சண்டையை ஆரம்பித்தவுடன், யாருடைய தூக்கத்தையும் கெடுத்துவிடக்கூடாதென்று, அம்மா வெளியெ போய்விடுவாள்.

'மூவாயிரம் சம்பளம், மூன்றுவேளை சாப்பாடு' என்று சூலூர் ஆல்ஃபாபேக்கரியில், அப்பா ஒரு மூன்று மாதம் வேலைக்குப்போனார். "சம்பளம் கட்டாது. என்ன வேலை அது, ஆகவே ஆகாது" என்று அதை விட்டுவிட்டார்.

"பத்து மிஷின் வாங்கி, ஆள்போட்டுத் தெச்சு, ஃபாரினுக்கு எக்ஸ்போர்ட் பண்ணா நல்லகாசு. ஆர்டர் பிடிக்கறது, அதுக்கு இதுக்குன்னு ஆட்கள் இருக்கு. அறுபதாயிரம் பணம் வேண்டும்" என்று பெரியப்பாவிடம் அப்பா கேட்க,'தொழில் செய்யணும்னு கேட்கறாரு. அவருகிட்ட பணத்தை வாங்கிட்டு, எப்படித் தராம இருக்கறது' என்று பெரியப்பாவும் பணத்தை ஏற்பாடு செய்து தந்தார். அப்பாவின் தங்கை வழியில் அறிமுகமான சாந்தகுமாரோடு சேர்ந்து, கரூரில் பிஸினஸ் துவங்குகிறேன் என்று அப்பா போனார். "வீடு பார்த்து, பிற்பாடு அனைவரையும் அங்கு அழைத்துப்போகிறேன்" என்றார் எங்களிடம்.

கரூரிலிருந்து வாராவாராம் வருவார் அப்பா. இரண்டு வாரங்கள்தான். பின் பதினைந்து நாட்கள் கழித்து ஒரு தொலைபேசி அழைப்பு, பாப்பனூத்துப்பிரிவிற்கு வந்து அழைத்துச் செல்லும்படிக்கு. வயிறும் காலும் வீங்கி வந்தவரைப் பார்க்க, அம்மாவிற்கு ஒரே அழுகை. “சாப்பாடு சேரலியா இருக்கும். டாக்டரைப் பார்த்துக்கலாம். பயப்படாதெ” என்று தேவிம்மாதான் சமாதானம் சொன்னாள் அம்மாவிற்கு. முருகானந்தம் டாக்டர், “என்ன இப்படி பாதம் முதல் தலை வரைக்கும் வீக்கம் இருக்கு. என்ன பண்ணீங்க, பாக்கெட் சாராயம் குடிச்சீங்களா?” என்று கேட்க, அப்பா “ஆமாம்” என்றிருக்கிறார்.

வாரம் ஒன்றிரண்டும் ஆகிவிட்டது. கரூருக்கு அப்பா கிளம்பவில்லை. கோவிந்தராஜ் தாத்தாதான், “ஏதாவது பிரச்சனைங்களா மாப்ளெ?” என்று கேட்க, “அதெவிடுங்க, அதெப்பத்தி மட்டும் பேசாதீங்க” என்றுவிட்டார் அப்பா. தாத்தா மட்டும் கரூருக்குக் கிளம்பினார். தாத்தாவின் டி.வி. எஸ்.50 அங்குதானிருந்தது. “அவங்க ரெண்டுபேரும் பண்ணிட்டுப் போயிருக்கிற வேலைக்கு... பெரியவரே, உங்களுக்காகப் பார்க்கிறோம்.” என்று சாவியைக் கொடுத்து, வண்டியை எடுத்துப்போகச் சொல்லியிருக்கிறார்கள் அங்கிருந்து. தாத்தாவிடமிருந்து வேறு எந்தத் தகவலையும் எங்களால் பெறமுடியவில்லை. “அதெ விடும்மா” என்றுவிட்டார் அவரும். எக்ஸ்போர்ட் பிஸினஸ், ஒன்றரை மாதத்தில் ஊத்திமூடிக்கொண்டது.

“லட்சுமணசாமியின் மச்சான் மூலமாக, கோவை கவுண்டர்மில் ஸ்டாப்பிலிருக்கும் ’சூப்பர் ஸ்பின்னிங் மில்’—லில் கேண்டீன் எடுக்க ஐம்பதினாயிரம் ரூபாய் வேண்டும்” என்று அப்பா, பெரியப்பாவிடம் கேட்க, பெரியப்பா, அப்பா கேட்ட தொகையை ஏற்பாடு செய்துதந்தார். மில்லிற்குப் பக்கத்திலிருக்கும் பழனிச்சாமி கவுண்டர் தோட்டத்தில், மில்லில் வேலை செய்பவர்களுக்கான ஹாஸ்டல் இருந்தது. அங்குதான் கேண்டீன். அப்பா, அம்மாவையும், கூடமாட வேலைசெய்யக் கையாளாக ஒரு பெண்ணையும் அழைத்துக்கொண்டு கோவைக்குக் கிளம்பினார். நான் அப்போது ரெட்டியார்மடம் ஆர்.வி.எஸ். பள்ளியில் பன்னிரண்டாம் வகுப்பு படித்துக்கொண்டிருந்தேன்.

காலை ஐந்து மணிக்கு ஆரம்பித்தால், இரவு பதினோருமணி ஆகிவிடுமாம் கேண்டீன் வேலை முடிவதற்கு. மாதத்திற்கு ஒருமுறைதான் அம்மாவும் அப்பாவும் சர்க்கார் புதூர் வருவார்கள், தனித்தனியாக. வாராவாரம் லட்சுமணசாமியின் மச்சான் அப்பாவுடைய கேண்டீனுக்கு வந்துவிடுவாராம். ஒரே குடி. கையிலெ ஆயிரமோ, ஐநூறோ வேறு. அம்மா பணம் கேட்டால் மட்டும், "மிச்சம்பிடிக்க முடிவதில்லை" என்று அப்பாவிடமிருந்து ஒரே பதில்.

எனக்குப் பிறந்தநாள். தேவிம்மா புத்தாடை எடுத்திருந்தார் எனக்கு. அப்பா எனது பள்ளிக்குஅன்று வந்தார். கையில் குளோப் ஜாமூன் டப்பா. அப்பா வந்ததில் எனக்குக் கொள்ளை சந்தோஷம். "கேண்டீனில்தான் காசு புரளுகிறதே. நிவிக்கு "வாட்ச்"—ன்னா பிடிக்கும். அவ கைக்கு ஒரு வாட்சை வாங்கி, அவளுக்குப் பிறந்தநாள் பரிசா கொடுத்திட்டுவாங்க" என்றிருக்கிறாள் அம்மா. அப்பா அப்படி செய்யாததற்கு, அப்பாவோடு சண்டைபோட்டிருக்கிறாள் அம்மா. அப்பா அப்போது ஒன்றும் பேசவில்லையாம். அப்பாவை எனக்கு ரொம்பப் பிடிக்கும்.

மாவு ஆட்டிக்கொண்டிருக்கும்போது, அம்மாவின் தலைமுடி கிரைண்டரில் மாட்டிக்கொள்ள, கவுண்டர் மில் ஸ்டாப்பிலிருக்கும் மருத்துவமனைக்கு, பழனிச்சாமி கவுண்டர் தாத்தா அவரது காரில் உடனே அழைத்துச் சென்றிருக்கிறார். அங்கு மருத்துவர் போட்ட இன்ஜக்ஸன் அம்மாவுக்கு அலர்ஜியாகிப்போக, அம்மாவிற்கு மூக்கில் இரத்தம் வந்துவிட்டிருக்கிறது. ரங்கநாதன் பெரியப்பாவிற்குப் ஃபோனில் தகவலைத் தெரிவித்துவிட்டு, அம்மாவை அழைத்துக்கொண்டு சர்க்கார் புதூருக்கு பேருந்து ஏறினார் அப்பா. தேவனூர்புதூர் முருகானந்தம் டாக்டரின் மருத்துவமனையில் அம்மாவை அட்மிட் செய்தார் பெரியப்பா. ஒரு ஐநூறு ருபாயை அம்மாவிடம் கொடுத்துவிட்டு, கேண்டீனுக்குப் பஸ்பிடித்தார் அப்பா.

ஒருவாரத்தில் அம்மா ஓரளவு தேறினார். அப்பா வந்தார். இருவருமாய் கோவைக்குக் கிளம்பினார்கள். போகிறவழியில் அப்பா அம்மாவிடம் சொல்லியிருக்கிறார் "கேண்டீனை விட்டுவிடலாம்".

12. அப்பாவும் பிரிவும்

அப்பா, முருகானந்தம் டாக்டரிடம் அம்மாவிற்கான செக்கப்பிற்காக அழைத்துப்போனார். கோவையிலிருந்து ஃபோன் வந்தது. பெரியப்பா உடனே மருத்துவமனைக்கு ஃபோன்போட்டு எனது அப்பாவிடம் சொன்னார், “உங்க தங்கச்சி வீட்டுக்காரர் இறந்துவிட்டாராம். மேற்படித் தகவல் ஒன்றும் இல்லை. பதட்டப்படாம வாங்க, கிளம்புவோம்.” விஷயத்தைக் கேள்விப்பட்டு, அம்மாவிற்குத் தலை சுற்றலே வந்துவிட்டிருக்கிறது. தண்ணீர் குடிக்கவைத்து, சற்று அமரச் சொல்லிவிட்டு, பின்னர்தான் அவர்களை அனுப்பியிருக்கிறார் டாக்டர்.

“என் வாழ்க்கையும் இனி முடிஞ்சது அக்கா'' என்று எனது பெரியம்மாவைக் கட்டி அழுதாள் அம்மா. “உன் வாழ்க்கை எப்படிடீ முடியும்? பார்த்துக்கலாம் போ” என்றார் பெரியம்மா. அம்மா, அப்பா, பெரியப்பா, பெரியம்மா எல்லோரும் கிளம்பினார்கள். நான் கிளம்பவில்லை. அப்பாவின் தங்கைவீட்டு, மூன்றுமாத ஆர்.வி.எஸ். பள்ளி நாட்கள் வாழ்க்கை, ஆறாத ரணம்போல எனக்குள்ளே கந்திக்கிடந்தது. சைக்கிளில் தண்ணீர் எடுக்கப் பயன்படுத்தும் கயிற்றால், பருப்பாமுட்டியால் என ஒவ்வொரு முறையும், அப்பாவின் தங்கையின் கணவர், ஐந்து வயதுக் குழந்தையான என்னைத் துரத்தித் துரத்தி அடிக்கும்போதும், அவரது முகத்தில், எனது அலறல் ஒவ்வொன்றுக்கும் எழும் குரூரமான அந்தச் சிரிப்பை,

எவ்வளவு முயன்றும், என் நினைவிலிருந்து என்னால் துடைத்தழிக்க முடியவில்லை.

அப்பா என்னைப் பார்த்துக் கேட்டார், "நீ கிளம்பவில்லையா?". நான் அழுதழுது, "என்னையும் உன்னோடே கூட்டிட்டிட்டுப் போயிடுப்பா. இங்கிருக்க முடியலெ என்னாலெ" என்று எத்தனையோமுறைத் தேம்பியபடிச் சொன்னபோதும், காதில் வாங்கிக்கொள்ளாமல், கொலைப்பசியோடிருக்கும் வன்மிருகங்களுக்கு மத்தியில், மீட்பு கோரிச் சுற்றும்முற்றும் பார்த்துக் கத்துமொரு சிறு ஆட்டுக்குட்டியை, அப்படியே விட்டுவிட்டுப் போவதுபோல, மீண்டும் மீண்டும் என்னைக் கதியற்று, தனித்து விட்டுவிட்டுச் சிரித்தபடிக் கையசைத்துப்போன அப்பா, அன்று என்னிடம் கேட்கிறார், "நீ கிளம்பவில்லையா?".

அக்கம் பக்கத்து ஆட்கள், பள்ளிக்கூட வாத்தியார் என்று பலரும் சொன்னதற்குப் பிறகுதான், நேரில் வந்து, எனது வறண்ட இட்லி டிபன் பாக்ஸைப் பார்த்துவிட்டு, டி.ஸி.யை வாங்கி, சிறுமுகைக்கு அழைத்துச் சென்ற அப்பா, இப்போது என்னிடம் கேட்கிறார் "நீ கிளம்பவில்லையா?"

எனக்குச் "ச்ச்சீ" என்றானது. எனக்கு அப்படிப் பிடித்த அப்பாவை, அந்த க்ஷணத்தில் நான் வெறுத்தேன்!

"நீ கிளம்பலெ...?" என்று அவர் திரும்பக் கேட்டபோது, அவரது முகத்தில் வெளிப்பட்ட குரூரம்.... பூபாளனுடையது, அப்பாவின் மைத்துனர் பூபாளனுடையது, அப்பாவின் தங்கையின் கணவர் பூபாளனுடையது. திக்கென்றது எனக்கு. அவரை அதிஉச்சமாக அன்று வெறுத்தேன்!

*

இரண்டு நாட்கள் கழித்து அப்பா சர்க்கார் புதூர் வந்தார். என்னிடம் எதுவும் அவர் பேசவில்லை. தேவிம்மா சொல்ல, அவரது சொல்படி, நானாகச் சென்று பேசியபோதும், அவர் பேசவில்லை. அவரது முகத்தில், என்னைப் பார்த்தபோது, அன்று குடியேறியிருந்த அவருடைய தங்கையின் கணவருடைய வன்மம் இன்னமும் மாறவில்லை, மறையவில்லை.

கோவையிலிருந்து அவரது தங்கையின் மகன் மூர்த்தி, சர்க்கார் புதூருக்கு வரவிருந்தான். அப்பா அவருடைய பீரோவில் எதனையோ தேடிக்கொண்டிருந்தார். அம்மாவைக் கூப்பிட்டு "செக் புக்கை இங்கதான் வைத்தேன். காணவில்லை. நீ எடுத்து எங்கயாவது மாற்றிவைத்துவிட்டாயா?" என்று கோபத்தில் கத்திக்கொண்டிருந்தார். அம்மா சொன்னார், "நான் எடுக்கவில்லை. நீங்க எங்க வைத்தீர்களோ அங்கயே நல்லாப் பாருங்க, நிச்சயம் இருக்கும்."

அப்பா, தேவிம்மாவிடமும் போய்க் கத்தினார். "அந்தப் பீரோலெ எங்களுக்கு என்ன வேலை? நல்லாத் தேடிப்பாருங்க" என்றார் தேவிம்மா.

பீரோவிலிருக்கும் பொருட்களையெல்லாம் எடுத்துக் கீழேபோட்டுத் தேடினார் அப்பா. அவருடைய பேங்க் செக்புக் கிடைத்தது. மூர்த்தி வந்தான். ஏதோ பிஸினஸ் பண்ணப்போறானாம். கம்ப்யூட்டர்ஸ் ஆறேழு வேண்டுமாம். அப்பா அவனிடம் ஒரு இலட்ச ரூபாய்க்குச் செக் போட்டுக் கொடுத்தார். 'எப்படி அவரிடம் அவ்வளவு பணம் இருந்தது?' என்று அம்மாவுக்குப் புரியவில்லை. "கேண்டீன் உள்ளபடி கைகொடுக்கவில்லை" என்ற அப்பாவின் சொல்லையே அன்றுவரை நம்பிவந்தார் அம்மா. கேண்டீனை இழுத்து மூடிவிட்டு வந்தபிறகு, அப்பாவும் சர்க்கார் புதூருக்கு வந்துவிட்டார். அம்மாவுக்கான மருத்துவச் செலவில் சல்லிக்காசையும் அவர் கொடுக்கவில்லை. மருத்துவச் செலவோடு, சகலத்தையும் பெரியப்பாதான் பார்த்துவருகிறார். அப்படியிருக்க, "எப்படி அப்பாவிடம் பணம்?". அன்று அப்பா இருந்த மனநிலையில், அவரிடம் அம்மா ஒன்றும் கேட்டுக்கொள்ளவில்லை.

இரண்டு நாட்கள் கழித்து, அப்பாவின் தங்கையைப் பார்த்துவர, அம்மாவைக் கிளம்பச் சொன்னார் அப்பா. நான் "வரவில்லை" என்றுவிட்டேன் அப்போதும். அப்பா, அம்மா, பூலாங்கிணறில் இருக்கும் அப்பாவுடைய சித்தி மூவருமாகக் கோவைக்குச் சென்றார்கள். அம்மா, அப்பாவுடைய சித்தியோடு அன்று மாலையே திரும்பிவிட்டார். அப்பா இரண்டு நாட்கள் கழித்து வந்தார்.

"மூர்த்திக்கு நிவியைக் கல்யாணம் பண்ணிவெச்சிடலாம்னு இருக்கேன்.புஷ்பாவுக்கு மருமகளானாத்தான், இவளோட திமிரு அடங்கும்" என்றார் அப்பா."எனக்கு அதில் இஷ்டமில்லை. நான் படிக்கணும்" என்றேன். அம்மாவும், "என் பொண்ணை, உங்க தங்கையின் பையனுக்குக் கட்டித்தர ஒப்புக்கவேமாட்டேன். அவ இஷ்டப்படி, அவ படிக்கட்டும் " என்றாள் அப்பாவிடம். பெரியப்பா, "படிக்கட்டுமுங்க" என்று சொல்ல,அப்பா, "இது எங்க குடும்ப விஷயம். நீங்க தலையிடாதீங்க" என்றார் பெரியப்பாவிடம்.கண்ணன் அண்ணா,பெரியப்பாவை வீட்டிற்கு உள்ளே அழைத்துச் சென்றுவிட்டான். "நான் செத்துட்டேன்னு என்னைத் தலைமுழுகிடுங்க" என்றுவிட்டு, அன்று வீட்டைவிட்டு வெளியேறினார் அப்பா.

இரண்டு மாதங்கள் கழித்து, அப்பா அவருடைய தம்பியை அழைத்துக்கொண்டு சர்க்கார் புதூருக்கு வந்தார். தோட்டத்தை ஒட்டியிருக்கும் இட்டேரிப் பாதையிலேயே அவர் நின்றுவிட, அப்பாவுடைய தம்பி எதிர்த்த தோட்டத்துச் சாலையில் போய் நின்றுவிட்டார். அப்பா இட்டேரியில் நின்றபடி அம்மாவை, பெரியப்பாவோடு சம்பந்தப்படுத்தி வாய்க்கு வந்தபடி கத்தத் துவங்க, எனக்குப் பொறுக்கவில்லை. சாலையில் குவித்துப் போட்டிருந்த கற்களை எடுத்தேன்.அடித்தேன் ! அப்பாவை ஓட ஓட அடித்தேன் ! "இந்தப் பக்கம் இனி வந்துடாதெ, போடா"என்றேன்.

ஒருவாரம் இருக்கும். அப்பாவின் தங்கை, அவருடைய இரண்டாவது பையன், அப்பாவின் தங்கையின் கணவரது நெருங்கிய நண்பர், அப்பாவின் தம்பி என எல்லோருமாகச் சர்க்கார் புதூர் பெரியப்பாவின் தோட்டத்துச் சாலைக்கு வந்தார்கள்.அப்பாவின் தங்கை அம்மாவைப் பார்த்துக்கேட்டாள், "இவ்வளவு பிடிவாதமா இருக்கா... அப்பனைப் பார்த்துப் "போடா" —ன்னு சொல்லியிருக்கா... அவெ என்னோட அண்ணனுக்குத்தான் பொறந்தாளா?".

எனக்குத் தாளவில்லை. "என்னடீ பேசறே? நீ பொழைச்ச பொழைப்பு எனக்குத் தெரியாதா? நீ ஆடிய கூத்தும், இப்ப நீ ஆடிட்டு இருக்கிற கூத்தும் எங்களுக்குத் தெரியாதுன்னு நினைச்சுக்கிட்டியா? ஊருக்கே தெரியும். வா, இப்பவே போலாம்.

DNA டெஸ்ட் எடுக்க நான் ரெடி. எங்கப்பனுக்குத்தான் நா பொறந்தேன்னு ரிசல்ட் வந்தா, நீ செத்துடறியா?" என்றேன்.

அப்பாவுடைய தங்கையின் கணவரது அதிநெருங்கிய நண்பர் "புஷ்பா, நீ பேசுனது தப்பு" என்று எழுந்து சென்றுவிட்டார். அப்பாவின் தங்கையின் இரண்டாவது மகன் "என்னடி சொன்ன?" என்றபடி எழுந்தான். "எங்க வந்து, யாரை 'டீ' போட்டுப் பேசறே? கட்டிவெச்சுத் தோலை உரிச்சிடுவேன். போடா வெளியே" என்றேன். அவ்வளவுதான், அடுத்த ரெண்டு நிமிஷத்தில் ஒருவரும் இல்லை அங்கு.

மூன்று நாட்களிருக்கும்... ஒரு தொலைபேசி அழைப்பு. உடுமலைப் பேட்டையிலிருந்து வக்கீல் ஒருவர் அழைத்திருந்தார். பெரியப்பா அப்போது வீட்டில் இல்லை. தேவிம்மாவிடம்தான் அவர் முதலில் பேசினார். "விஜயலட்சுமி அவர்களோட கணவர், டைவர்ஸ் கேஸை எடுத்து நடத்தச் சொல்லி இங்க வந்திருக்கார். எல்லாரும் நம்ம ஆளா இருக்கீங்க. பசங்க பெரிசாயிட்டாங்க. இப்பப்போயி இப்படிக் கோர்ட்டு கேஸுன்னு எதுக்குங்க? வாங்க பேசுவோம். அண்ணன் வந்தா என்னைக் கூப்பிடச் சொல்லுங்க" என்றிருக்கிறார் அவர்.

பெரியப்பா வீட்டிற்கு வந்தவுடன் வக்கீல் அவர்களுக்குப் ஃபோன் பண்ணினார். அப்பா, அவரை விஜியம்மாவோடு இணைத்துப் பேசிவிட்ட கோபத்திலிருந்தார் பெரியப்பா. அந்தக் கோபம் வக்கீல் அவர்களோடு பேசும்போதும் அவருக்கிருந்தது. "எதுன்னாலும் கோர்ட்டுலெ பார்த்துக்கலாம்" என்றுவிட்டார் பெரியப்பா. இரண்டு நாட்களிருக்கும். அம்மாவுக்கு அப்பாவிடமிருந்து வந்தது வக்கீல் நோட்டீஸ்!

13. விரிந்த சிறகுகள்

அம்மாவிற்கு டைவர்ஸ் கேஸ் போய்க்கொண்டிருந்த காலம். மனது படிப்பில் படியமாட்டேனென்கிறது. பன்னிரண்டாம் வகுப்பு சிலபஸ் வேறு மாறிவிட்டது. ஆசிரியர்களுக்கும் பாடங்களை நடத்துவதில் தடுமாற்றம். கணிதம் வசப்படவில்லை. அட்டெம்ட் மேல் அட்டெம்ட். அம்மாவின் குத்தல் பேச்சை அப்போதுதான் கேட்க நேர்ந்தது. பெரியப்பா என்னை ஒரு ஜீவனாகவே மதிக்கவில்லை. தேவிம்மா மட்டும் ஒரு சிறு ஆறுதல். “எனக்காக இந்த ஒரேஒருமுறை எழுது. பாஸ் ஆகலேனா பிற்பாடு நான் உன்னைக் கம்பெல் பண்ணமாட்டேன்” என்றார். ”டியூசன் போகமாட்டேன், பி.டி.ஏ. புக்கை மட்டும் வாங்கிக் கொடுங்கள்” என்றேன். அந்தப்புத்தகத்திலிருக்கும் அத்தனை ஒன் மார்க்கையும் எழுதி எழுதி மனப்பாடம் செய்தேன். அந்த மூன்றாவது அட்டெம்ட்டில் தேர்வானேன். ”அரியர்ஸ் வைத்தாவது கல்லூரிப் படிப்பை முடித்துக்கொள்” என்று பெரியப்பா உடுமலை வித்யாசாகர் கல்லூரிக்கு என்னை அழைத்துச்சென்றார்.

*

“மேடம், இவங்க நிவேதிதா. உங்க க்ளாஸ்லதான் போட்டிருக்கேன். பார்த்துக்கங்க’’ என்றார் பி.சி.ஏ. டிபார்ட்மெண்ட்டின் ஹெச்.ஓ.டி. செந்தில்குமார் சார். ஜெயப்ரியா மேடம் சிரித்தபடி “வாடா” என்றார். எனது குடும்பத்திலேயே கல்லூரிக்குப் போய்ப் படிக்கும் முதல் நபர் நான்தான். பெரியப்பா தனது மாஸ்டர் டிகிரியை கரஸ்பாண்டன்ஸ் கோர்ஸில்தான்

முடித்திருந்தார். உடுமலை வித்யாசாகர் கல்லூரிக்குள் ஒருவித பயத்தோடுதான் நுழைந்தேன்.

கிருத்திகா, வனிதா, லாவண்யா, கோகுலவர்த்தனா எல்லோரும் எனக்கு நட்பாகினார்கள். வனிதா மிகவும் நெருக்கமானாள். ஒருவாரம் கூட ஆகியிருக்காது,அவள் பத்துநாட்கள் விடுப்பில் ஊருக்குப்போனாள். போகும்போது, "என்னோட சீட்லெதான் உட்காரணும். நீ யாருகூடவும் ரொம்ப குளோசா இருக்கக் கூடாது. எனக்கு மட்டும்தான் நீ க்ளோஸ் ப்ரண்டு" என்றுவிட்டுப் போனாள்.

அம்மாவுக்கும் அப்பாவுக்குமான விவாகரத்துக்கேஸால், தனிமை எனக்குப் பழக்கமாகியிருந்த காலம்! ஜெயப்ரியா மேடம் தனித்திருக்கும் என்னை அடிக்கடி பார்த்திருக்கிறார். வனிதா லீவ் முடிந்துத் திரும்பிவிட்டாள். வந்த சில நாட்களில், அவள் என்னிடமிருந்து விலகிச் செல்வதை என்னால் உணரமுடிந்தது. அவளோடு சேர்ந்து மற்றவர்களும். அது என்னை மேலும் தனிமைப்படுத்தியது.

ஜெயப்ரியா மேடம் என்னை டிபார்ட்மெண்ட் ரூமிற்கு அழைத்தார். "என்னை மேடமாப் பாக்காதெ. உன்னோட ப்ரண்டா நினைச்சுக்க." என்றாரவர். அவரை நான் அணுக்கமாக உணர்ந்தேன். எனது குடும்பச் சூழல் மற்றும் வனிதாவின் விலக்கம் குறித்தெல்லாம் அவரிடம் பகிர்ந்தேன். "அவங்களாலெ உனக்குப் பத்துப்பைசா பிரயோஜனம் இருக்கா? விட்டுத் தள்ளு. முழுக்கவும் ப்ர்ஃபெக்டான ஆட்கள்னு இங்க ஒருத்தரும் இல்லெ. வேணும்னா, அப்படியான ஒரு ஆளா நம்மை நாமே உருவாக்கிக்கொள்ள முயற்சிக்கலாம்" என்றார் ஜெயப்ரியா மேடம். அவரது அந்த வாக்கியங்கள் எனக்கான வெளிச்சமானது.

"இருக்கறது ஆறு சப்ஜெக்ட். லைப்ரரி கார்டு மூன்று மட்டும்தான். என்ன பண்றது..?"—ன்னு ஒருநாள் கேட்டேன் ஜெயப்ரியா மேடத்திடம். "பின்ன எப்படி நீ சீனியர்ஸ்சோட மிங்கில் ஆகறது? டீச்சர்ஸ்கிட்ட இருந்து லைப்ரரி கார்டை எப்படி வாங்கறது? போ, போய்க் கேட்டுவாங்கு" என்றார் அவர். மெல்ல மெல்ல டீச்சர்ஸ்களுடனும், எனது சீனியர்களுடனும் நட்பானேன். சிநேகம் எனக்குச் சிறகுபூட்டியது. தனிமைக் கூண்டிலிருந்து,

என்னை நானே விடுவித்துக்கொண்டு, கல்லூரிக்குள் சிநேகம் விரித்தேன். எல்லோரும் எனக்கு நெருங்கிய நட்பானார்கள். என்னை விடுவித்த, என்னை எனக்குச் சுட்டிக் காட்டிய விரல்களில் முதன்மையானது ஜெயப்ரியா மேடத்தினுடையதுதான்.

தனது லைப்ரரி கார்டை என்னோடு பகிர்ந்துகொண்டார் ஜெயப்ரியா மேடம். புத்தகங்களிலிருந்து எப்படிக்குறிப்பு எடுப்பது என்பதை அக்கறையோடு சொல்லிக்கொடுத்தார். ஜெயப்ரியா மேடத்தின் சப்ஜெக்ட்டுக்கு மட்டும் கவலையே இல்லை. இரவெல்லாம் குறிப்பெடுத்து எங்களுக்காகத் தருவார். நோட்ஸ் பக்காவாக இருக்கும். பிற்பாடு எனது ஜூனியர்கள் என்னிடமிருந்து நானெடுக்கும் நோட்ஸ்சை வாங்க முண்டியடித்ததற்குக் காரணம் ஜெயப்ரியா மேடம்தான்.

ஒருநாள் ஜெயப்ரியா மேடம் என்னை அழைத்து, "நீ செமினார் எடு" என்றார்கள். "நா எடுக்கறதா மேடம்... ?" என்றேன். "ஆமாம் நீதான் " என்றார். எடுத்தேன். முதல் பாராட்டு, ஜெயப்ரியா மேடமிருந்துதான் வந்தது. பிரின்ஸிபல் சார் திடீரென ஒருநாள் என்னோட செமினார் க்ளாஸை முழுவதுமாய் வந்தமர்ந்து கவனித்தார். "நல்லாப் புரியற மாதிரி எடுக்கறீங்க. க்ரிஸ்டல் க்ளியர் எக்ஸ்ப்ளனேஸனா இருந்துச்சு. வெரி குட்" என்றார் என்னைப் பார்த்து. "செல்ப் கான்பிடன்ஸ் லெவல் இன்கிரீஸ் ஆகும். என்கரேஜ் பண்ணுங்க மேடம். எல்லோரையும் இப்படி செமினார் எடுக்கவையுங்க" என்றுவிட்டுப் போனார்அவர் ஜெயப்ரியா மேடத்திடம்.

"இந்த முறை நீ தான் எம்.ஓ.சி பண்ணறே" என்றார் ஜெயப்ரியா மேடம் ஒருநாள். "நான் எப்படிங்க மேடம்..." என்றேன். "இல்ல நீ பண்ணு.உன்னோட வாய்ஸ் நல்லா இருக்கு. நீ பண்ணு. நா உனக்கு ஹெல்ப் பண்ணறேன்" என்றார். அந்த வருடத்தின்,எனது சீனியர்களுக்கான வழியனுப்புவிழா நிகழ்வை நான்தொகுத்து வழங்கினேன். எனது குரல் எனக்கு மேலும் சில நட்புகளை அறிமுகப்படுத்தியது.

*

பி.சி.ஏ.—வில் முதலாமாண்டு இரண்டாவது செமஸ்டரில் சுடலைமணி சார் ஜெனரல் சயின்ஸ் எடுக்க வந்தார். "நிவேதிதா, நீ செத்துட்டேன்னு நினைச்சுட்டு ஒருநாள் முழுக்கவும் நான் சாப்பிடாமலே இருந்தேன். அப்பறம்தான் தெரிஞ்சது, அது பி.எஸ்.சி. நிவேதா —ன்னு. நீ... பி.சி.ஏ. நிவேதிதா. அப்பவும் நான் சொன்னேன். பத்து பேரை அவ கொல்லுவாளே தவிர, அவ சாகமாட்டான்னு." சுடலைமணி சார் பேசப்பேச, வகுப்பில் பசங்கள் ஒரே கலாய்க் கூச்சல்!

சுடலைமணி சார் ஒருநாள் ஃபோன் பண்ணினார். "வர சனிக்கிழமை தளிஞ்சிக்கு நாம ட்ரக்கிங் போறோம். அதுக்கு நீ வர்றெ. நான் உங்க வீட்லெ பேசிக்கறேன்" என்றார். மற்ற டிபார்ட்மெண்ட் சார்ந்த கல்லூரி மாணவ மாணவிகள் எனக்கு நட்பானார்கள். அந்த ட்ரக்கிங்கில், ஒத்தை யானையைப் பார்த்து ஓடி வந்த அனுபவம் இன்றும் என்னால் மறக்க முடியாது.

எஸ்.எம்.சார் என்றாலே அந்த ட்ரக்கிங்கும், அயிரை மீன் குழம்பு குறித்த, அவரது நாவில் சுவையூறும் விவரணையும்தான் நினைவில் முந்தி நிற்கும்!

*

சிவபாலன் சார். C++ அவரது சப்ஜெக்ட். வந்த முதல் நாள், எல்லோரையும் செல்ப் இன்ட்ரோ பண்ணச்சொன்னார். எனது முறை வந்தது. நான் சொல்லச் சொல்ல, அவர் ஜன்னல் வழியாக வெளியே பார்த்துக்கொண்டிருந்தார். நான் நிறுத்திவிட்டேன். அவர் திரும்பி என்னைப்பார்த்தார். "என்னைப் பத்தி இங்க இருக்கறவங்களுக்கு நல்லாத் தெரியும். நான் சொல்லறது உங்களுக்காக. நீங்க வெளியே வேடிக்கை பார்த்தீங்கன்னா...?" என்றேன். "சரி, இப்ப சொல்லு" என்றார். "சும்மா சும்மா சொல்லிக்கிட்டு இருக்கமுடியாது" என்றுவிட்டு அமர்ந்துவிட்டேன்.

பின்னொருநாள், "Define Function." என்று ஒவ்வொருவராகக் கேட்டார். "மேரேஜ் பங்சன், பர்த்தடே பங்சன், ஆனிவர்சரி பங்சன்... " என்று பக்கத்திலிருந்து பாலகுமார் முணுமுணுப்பது கேட்டது. எனது முறை வந்தது. சற்று யோசித்துவிட்டு, பதில் சொன்னேன். "எதற்கு இவ்வளவு யோசனை?" என்றார்.

"யோசிச்சதுலெ என்ன சார் தப்பிருக்கு? எப்படியோ நா பதில் சொல்லிட்டேனல்ல. அதுவும் நான் மட்டும்தான் பதில் சொல்லியிருக்கேன்" என்றேன்.

இப்படித்தான், எனக்கும் சிவபாலன் சாருக்கும் ஆகவே ஆகாது. ஒருநாள் ஹெச்.ஓ.டி. தண்டபாணி சாரிடம் கம்ப்ளேயிண்ட் பண்ணிட்டோம். அப்போது செந்தில்குமார் சார் எம்.சி.ஏ.—விற்கு ஹெச்.ஓ.டி. ஆகிவிட்டிருந்தார். தண்டபாணி சார் வகுப்புக்கு வந்தார். "என்னதான் உங்களுக்குப் பிரச்சனை அவரோட?" என்று கேட்டார். எல்லோரும் அமைதியாக இருந்தனர். "நிவேதிதா, நீங்க சொல்லுங்க" என்றார். "சார், எங்களுக்கு அவரோட பேச பயமாயிருக்கு" அவர் ஒருவிநாடி என்னைப் பார்த்தார். "யாருக்கு.... உங்களுக்கு?" என்றார். எனக்கே சிரிப்பு வந்துவிட்டது.

சிவபாலன் சார் வகுப்புக்கு வந்தார். போர்டைப் பார்த்துச் சிரித்துச் சிரித்து எழுதியபடி இருந்தார், அந்த வகுப்பு முழுவதும். வகுப்பு முடிந்தது. தண்டபாணி சார் மீண்டும் வந்தார். "இன்னைக்கு க்ளாஸ் எப்படிப் போனது? சிரிச்சு சிரிச்சு க்ளாஸ் எடுத்தாரா?" என்று கேட்டார். யாரும் எதுவும் சொல்லவில்லை. என்னைப் பார்த்தாரவர். "சிரிச்சு சிரிச்சுதான் க்ளாஸ் எடுத்தார். என்ன போர்டைப் பார்க்காம எங்களப் பார்த்து எடுத்திருக்கணும்" என்றேன் நான்.

பிற்பாடு சிவபாலன் சார் எங்களோடு ராசியாகிப்போனார். தேர்வில் மதிப்பெண்ணைக் கூடுதலாகப் பெற, 'ப்ரசன்டேசன் மெத்தடாலஜி'—யை அவரிடமிருந்துதான் நான் கற்றுக்கொண்டேன். இன்றுவரைக்கும் என்னோடு தொடர்பிலிருக்கும் நண்பராகிப்போனார் அவர், எஸ்.எம். சார் போலவே.

*

நாலு வருஷம் எடுத்துக்கொண்டது விவாகரத்துக் கேஸ்! முடிகிறபாடில்லை. கல்லூரியில் பி.சி.ஏ. மூன்றாமாண்டு கடைசி செமஸ்டரில் ப்ராக்டிகல் எக்ஸாம் நடைபெற இருக்கிறநேரம். அடுத்தநாள் தேர்வு என்னும்போது, வாய்தா! அம்மாவுக்காகச் சாட்சி சொல்ல, சிறுமுகையிருந்துகூட

ஆட்கள்வரத் தயாராக இருந்தார்கள். வாய்தா மேல் வாய்தாவாக இழுத்துக்கொண்டுபோக, ஆகிற செலவை பெரியப்பாதான் ஏற்றுக்கொண்டாகவேண்டும். இருக்கிறசூழ்நிலையில், "நானே சாட்சியாக நிற்கிறேன்" என்றுவிட்டேன் நான் பெரியப்பாவிடம். பெரியப்பா அரைமனதோடு ஒப்புக்கொண்டார்.

கேஸ் மறுநாளுக்கு வாய்தாவாகிவிட்டது என்கிற விஷயத்தை எங்களுக்கான வக்கீல் வந்து எங்களிடம் சொல்ல, எனக்கு ஒருகணம் ஒன்றும் புரியவில்லை. நெடுநெடுவென உள்ளே நுழைந்துவிட்டேன். நீதிபதி அமர்ந்திருக்கிறார். வக்கீலும் உள்ளே வந்துவிட்டார். நீதிபதி தலைநிமிர்ந்து என்னைப் பார்த்துவிட்டு, எங்களது வக்கீலைப் பார்த்தார். "இவங்கதான் நிவேதிதா. இப்ப வாய்தா கொடுத்த கேஸுக்கு இவங்களத்தான் இன்னைக்கு விசாரிக்கவேண்டியது. எதிர் தரப்புலெ அவரு வராததாலெ நாளைக்கு வாய்தா வாங்கியிருக்காங்க. நாளைக்கு இவங்களுக்கு ப்ராக்டிகல் எக்ஸாம்" என வக்கீல் அவரிடம் சொல்ல, நீதிபதி என்னைக் கூண்டிலேறி நிற்கச் சொன்னார். "இவங்களத்தான் விசாரிக்கணும்னா, இதோ வந்திருக்காங்க விசாரிங்க. அவரு வந்திருக்காரு, வரலீங்கறது அவசியமில்லை. எதிர்தரப்பு வக்கீலை,எங்க இருந்தாலும், இப்ப வந்து இவங்களை விசாரிக்கச் சொல்லுங்க" என்றுவிட்டு, வக்கீலைப் பார்த்து, "பெரியவங்க தப்புப் பண்ணிடறாங்க, பாதிக்கப்படறது எல்லாம் குழந்தைகளா இருக்கு" என்றார்.

எதிர்தரப்பு வக்கீல் அவர்கள் வந்துவிட்டார். விசாரணை துவங்கியது.

"என்னைக்கு உங்கப்பா வீட்டைவிட்டு வெளியே போனார்?"

"23.06.2006. இரவு பத்து மணி இருக்கும் "

"அவரு வெளியே போகும்போது, நீங்க தடுக்கலியா?"

"அழுதேன்"

"உங்கப்பா மேலெ பாசம் இல்லாம நீங்க எப்படி அழுதிருப்பீங்க?"

"அப்ப இருந்துச்சு. இப்ப இல்லெ"

“உங்கப்பா உங்களெ அடிப்பாரா?”

“அடிப்பார்.”

“எதுலெ அடிப்பார்? கையிலெ எது கிடைச்சாலும் அடிப்பாரா? கத்தி மாதிரி இருந்தாக்கூட...”

“எங்கப்பாவோட குணம் தெரிஞ்சு, எங்கம்மா அப்படியானப் பொருட்களை முன்னாடி வைக்கமாட்டாங்க”

“உங்கப்பா ரொம்ப நல்லவரு. நீங்க பொய்சாட்சி சொல்லறீங்க”

நீதிபதியை நேராகப் பார்த்து நான் சொன்னேன் “நான் மேஜர். அம்மா, அப்பா யாரும் இல்லாட்டியும், வேலைக்குப்போய் எனக்கானத் தேவையை என்னாலெ பூர்த்தி செய்துகொள்ள முடியும். நான் பொய்சாட்சி சொல்லணும்னு எனக்கு அவசியமில்லை. இவங்க அப்படிச் சொன்னதுக்கு மன்னிப்பு கேட்டே தீரணும்.”

“பொய்சாட்சி, அப்படி இப்படிங்கற வார்த்தைகளைப் பிரயோகிக்க வேண்டாம். மன்னிப்பு கேட்டுடுங்க” என்றார் நீதிபதி அவர்கள்.

நாம் பேசியாகவேண்டிய இடத்தில், நாம் பேசியாகவேண்டிய நேரத்தில், நாம் பேச வேண்டியதைப் பேசித்தான் ஆகவேண்டும். வேறு யாராவது நமக்காகப் பேசுவார்கள் என்றிருப்பது, நமது குரவ்வளையை நாமே நெறித்துக்கொள்வதற்குச் சமம். தீர்ப்பு அம்மாவுக்குச் சாதகமாக வந்தது!

அடுத்தநாள், ப்ராக்கடிகல் எக்ஸாமை பதினைந்து நிமிடங்களில் முடித்துவிட்டு வெளியே வந்தேன். அந்தத் தேர்வில் நான் சென்டம். நூற்றுக்கு நூறு!

*

கல்லூரி பி.சி.ஏ. இறுதியாண்டு முடிவதற்கு முன், ஒருநாளில், கிருத்திகா, லாவண்யா மற்றும் கோகுலவர்தனா மூவரும் என்னிடம் வந்தார்கள். “சாரிடி. உங்கம்மாவுக்கும் அப்பாவுக்கும் டைவர்ஸ் கேஸ் போயிட்டு இருந்தப்ப, வனிதா கொடுத்த ராங் ஃபீடிங்லெ நாங்க அப்ப உங்கிட்ட அப்படி பிஹேவ் பண்ணிட்டோம்.

ப்ரண்ட்ஸ்சா உனக்கு சப்போர்ட்டா இருந்திருக்கவேண்டிய தருணத்துலெ, நாங்களே உன்னைக் காயப்படுத்திட்டோம். மனசுலெ வெச்சுக்காதடி. வெரி சாரி" என்றார்கள். "இப்ப ரியலைஸ் பண்ணிட்டாங்கல்ல...? இந்த மொமன்ட்டெ என்ஜாய் பண்ணு. மறக்கறதுதானே மனுஷத்தன்மை!" என்றார் ஜெயப்ரியா மேடம். பிற்பாடு, வனிதா என்னிடம் ஃபேஸ் புக்கில் வந்து மன்னிப்பு கேட்டாள். அப்போது எனக்கு யோகி பிறந்து, அவனுக்கு ஒன்பது மாதம்.

*

பள்ளி நாட்களைவிடக் கல்லூரி நாட்களில்தான், எனது தனித்துவத்தை நான் கண்டடைந்தேன். யூனிவர்சிட்டி ஹானர்ஸ்சோடு வெளிவந்தேன். ப்ளேஸ்மண்டிலும் செலக்ட் ஆகியிருந்தேன். எனது அனைத்திற்கும் பெரிதும் உதவியவர்கள், எனக்கு அமைந்த ஆசிரியர்கள்! நல்ல ஆசிரிய நண்பர்கள்!

14. நட்பே துணை!

பி.சி.ஏ. முதலாமாண்டின் இரண்டாவது செமஸ்டர் வரைக்கும் பாப்பனூத்துப் பிரிவிலிருந்து கல்லூரிக்கு 'சித்ரா' பேருந்தில்தான் போவேன், வருவேன். காலை எட்டரை மணிக்கு அப்பேருந்து வரும். பலநாட்கள் ஸ்டெப்போர்டில்தான் பயணம். ஒருநாள்,அன்னபூரணிச் சித்தியின் வீட்டுக் கிரகப்பிரவேசத்திற்கு சென்றுவிட்டு, கல்லூரிக்குப் பேருந்து ஏறப்போனேன், சித்ரா நிரம்பிவழிந்து வந்துநின்றது. நல்ல முகூர்த்தநாள், அன்று. சரி 'அடுத்துவரும் ஏதாவதொரு பேருந்தில் போய்க்கொள்ளலாம்' என்று, சித்ராவைத் தவிர்த்துவிட்டுக் காத்திருந்தேன். எட்டு நாற்பதிற்கு டி.பி.எஸ். 5—ம் நம்பர் பேருந்து வந்தது.அளவு கூட்டம்தான். ஏறினேன். மேலே இருக்கும் பிடிகம்பி எனக்கு எட்டவில்லை. சீட்டுக்கு அருகில்,நின்றவாக்கில் இருக்கும் கம்பியைத்தான் பிடித்துக்கொண்டு நிற்றேன்.அதன்பிறகு, டி.பி. எஸ். எனக்கு ரெகுலரானது. அப்போதுதான் 'ஐவர் அணி' எனக்கு அறிமுகமுமானது.

ஒருவாரம்தான் "அண்ணா, அண்ணா'' என்று நான் அவர்களை அழைத்துக்கொண்டிருந்தேன். பிறகு, "டேய் அண்ணாதான்". ஐவரோடு நான் சேர அறுவரானோம்! சிவா அண்ணாதான் அவர்களில் எனக்கு அதிநெருக்கம். பேக்கை வாங்கிவைப்பது, டிக்கெட்டு வாங்கித்தருவது எல்லாம் சிவாண்ணாதான். இரவில் டி.பி.எஸ். சுங்கத்திலிருக்கும் சிவாண்ணாவின் சித்தப்பாவின் மட்டைமில்லில்தான் ஹால்ட். ஆக, சிவாண்ணாவுக்கு ஸ்பெசல் கவனிப்பு டி.பி.எஸ்.—சில்.

டேப் ரிக்கார்டின் ரிமோட் கண்ட்ரோல்எங்களது ட்ரிப்பில் எப்போதும் சிவாண்ணாவிடம்தான். பாடலை மாத்தி மாத்திப் போட்டுக்கொண்டிருப்போம். எங்களோடு சேர்ந்து தினமும் இளையராஜாவும் பயணிப்பார். உடுமலையில் இரத்தப் பரிசோதனை நிலையம் வைத்திருந்தார் சிவாண்ணா.

செந்தில் ஆடிட்டர். உடுமலையில் ஓர் ஆடிட்டர் ஆபீஸில் ஜூனியராக வேலை செய்துவந்தார். அவரோடு பேச மற்றவர்கள் பயப்படுவார்கள்.அறுவர் அணிக்குள் மட்டும், அவர் கலகலப்பாக இருப்பார். நகைச்சுவை உணர்வு ஆடிட்டருக்கு அதிகம். எங்கள் அணியில் சிரிப்புச் சப்தம் எப்போதும் கேட்டுக்கொண்டே இருக்கும்.

மாணிக்கம் மாம்ஸ், பி.டபில்யூ.டி—ல் வேலைபார்த்து வந்தார். எங்கள் அணியின் சீனியர் அவர்தான். டி.பி.எஸ் சுங்கம் போகும்போதே, பாரமடையூரில் ஏறிவிடுவார். சுங்கத்தில் வண்டி காலியாக, எங்களுக்காக முன்புற இருக்கைகளை ரிசர்வ் போட்டுவிடுவார். திரும்ப டி.பி.எஸ் உடுமலைக்குப் போக பாரமடையூர் வழியாக வரும்போது, அத்தை மாம்ஸுக்காக, மதிய உணவு பேக்கோடு காத்திருப்பார். அதை வாங்கிக் கொள்வார் மாம்ஸ். 'பொள்ளாச்சி போயி ஊஞ்சவேலாம்பட்டி' போலத்தான் அவருடைய பயணம் அனுதினமும். மாம்ஸ் உடையது காதல் திருமணம். மாம்ஸோட பையனும் அதே டி.பி.எஸ்—சில்தான் வருவான். ஆனால் ஒருநாள்கூட அவனை நான் பேருந்தின் முன்பகுதியில் பார்த்ததேயில்லை.

நித்தியும் சுரேசும் வண்டியில் கெத்து காட்டிக்கொண்டு, அலப்பறை பண்ணிக்கொண்டு வருவார்கள். சுரேஷ் அண்ணா கார் மெக்கானிக். சிலசமயங்களில், காலையிலேயே பேருந்தில் எனது டிபன் பாக்ஸைக் காலிசெய்துவிடுவார். “மதியத்துக்கு நான் என்ன பண்ணுவேன்?” என்றால், கேண்டீன்லெ போய்ச் சாப்பிடு என்று பணத்தை பேக்கில் வைத்துவிடுவார்.

நித்தி அண்ணா உடுமலைப்பேட்டையில் பைக் மெக்கானிக். எனது கல்லூரி வந்துவிட்டால் போதும், “மட்டைமில் வந்துடுச்சு. இறங்கறவங்க இறங்கிக்கங்க” என்று கிண்டலடிப்பார். நான் இறங்கி ரோட்டைக் க்ராஸ் செய்கிற வரைக்கும் டி.பி.எஸ். எனக்காக நிற்கும்.

பேருந்து சுங்கத்தில் கிளம்பிவிட்டதிலிருந்து, எனக்கு வண்டியின் அப்டேஷன் வந்துவிடும். சிவாண்ணாதான் ஃபோனில் சொல்லிக்கொண்டே வருவான். பெரியப்பா அவருடைய பைக்கில் என்னைப் பேருந்தைப்பிடிக்க டிராப் பண்ணுவார். சமயங்களில், கொடிங்கியம் வாய்க்கால் மேட்டைப் பேருந்து தாண்டிவிட்டால், பாப்பனூத்துப் பிரிவில் அதைப் பிடித்துவிடுவோம். அதுவரைக்கும் மெதுவாகத்தான் போகும் பேருந்து. அருள் அண்ணாவும் மாரிமுத்து அண்ணாவும்தான் மாறிமாறி டிரைவர்களாக வருவார்கள். அதேபோல, கண்டக்டர்களாக திருமலைசாமி அண்ணாவும், சரவணன் அண்ணாவும்.

மாலையில், டி.பி.எஸ் உடுமலையிலிருந்து கிளம்பும்போது, டிரைவர் அண்ணாக்கள் சிவா அண்ணாவிடம் தகவல் சொல்லிவிடுவார்கள். கல்லூரிக்கு முன்பு பேருந்துவரும் நேரத்தை அனுசரித்து, நான் கல்லூரிக்குள்ளிருந்து வெளியே வருவேன். ஐவர் அணி ஏழு மணிக்கு டி.பி.எஸ்.—சில் திரும்புவார்கள்.

ஒருநாள் கல்லூரி ஆடிட்டோரியத்தில் ஜூனியர் பெண்ணின் ஐ—பேடில் பாடல் கேட்டுக்கொண்டிருந்தேன். அப்போது எனது மொபைலுக்கு சிவாண்ணா அழைப்பு விடுக்க, நான் கவனிக்கத் தவறிவிட்டேன். பிற்பாடுதான் பார்த்தேன். உடனே சிவாண்ணாவை நான் அழைக்க, “என்னங்க பண்ணிட்டு இருந்தீங்க?” என்று கேட்டான். நான் விவரம் சொன்னேன். “சரிங்க” என்று தொடர்பை துண்டித்தான் சிவாண்ணா. நான் ”டே அண்ணா” என்றழைத்தாலும், சிவாண்ணா என்னை எப்போதும், ”என்னங்க, வாங்க, போங்க”—தான் !

சிறிது நேரத்தில் ஆடிட்டர் அழைத்தார். “காலேஜ்கு படிக்கப் போனியா, பாட்டு கேட்கப் போனியா? “ என்றார். எனக்கு ஒன்றும் புரியவில்லை. “பாரு, உங்கண்ணன் இப்ப கோயம்புத்தூருக்குக் கிளம்பிட்டு இருக்காரு. நம்ம பொண்ணு எப்படீங்க அடுத்தவங்ககிட்டயிருந்து ஐ—பேடு வாங்கிப் பாட்டுக் கேக்கலாம்... நல்ல ப்ராண்டு எதுன்னு சொல்லுங்க, வாங்கிடுவோம்” என்று பரபரத்திருக்கிறார் சிவாண்ணா. இப்படித்தான் அறுவர் அணி இருந்தது.

இரண்டு வருட டி.பி.எஸ் பேருந்துப் பயணத்தில் ஒரே ஒருமுறைதான் பேருந்தைத் தாண்டி, ஆரியபவனில் அறுவரும் ஒன்றாய்ச் சந்தித்து 'ஒன்—பை—டூ காப்பி சாப்பிட்டு இருக்கிறோம். ஐவரும் எனக்கு அரண் போலிருந்தார்கள். பயணம் எனக்கு வெகு பாதுகாப்பானதாக இருந்தது. எனது குடும்பச் சூழல் அவர்கள் ஐவருக்கும் தெரியும். ஐவரையும் பெரியப்பாவிற்கும், தேவிம்மாவிற்கும், கண்ணன் அண்ணாவிற்கும், அம்மாவிற்கும் நன்கு தெரியும்.

யோகியின் முதலாமாண்டு பிறந்த தினத்தை ஆழியாற்றில், பத்திரிகை வைத்துக் கொண்டாடினோம். சிவாண்ணாவும், ஆடிட்டரும் குடும்பசமேதரர்களாக வந்து கலந்துகொண்டார்கள். இப்போதும் அவர்கள் எங்களது குடும்ப நண்பர்கள்தான்!

இறகுகளை வலிக்க வலிக்க பிடுக்கிப் போடுவதில், குரூர திருப்தி கொள்ளும் உறவுகளுக்கு மத்தியில், எனது நண்பர்கள்தான் எனக்கான ஆறுதலாகவும், எனக்குச் சிறகுகள் பூட்டி அழகுபார்த்தவர்களாகவும் இருந்தார்கள். இருக்கிறார்கள். நட்பில்லை எனில்,உள்ளபடி நானுமில்லைதான்!

15. அன்பின் வலியது...

"அப்பா யாருடனும் அதிகம் பேசமாட்டார். பழகிவிடமாட்டார். எங்களுக்கே ஆச்சர்யமா இருக்கு. 'ரெண்டு நாள் தாங்கறதே கஷ்டம்' என்று மருத்துவர் சொல்லிவிட, அப்பாவை வீட்டிற்கு அழைத்துவந்துவிட்டோம். வந்ததும் வாமிட் பண்ணினார். இரத்தம் இரத்தமாக! ப்ளட் கேன்சர் முத்திப்போச்சு. அப்பா, அண்ணாவை அழைத்துச் சொன்னார், 'நம்ம பூர்வீக வீட்லெதான் எனக்கு எல்லாம் நடக்கணும். என்னை இப்பவே அங்க அழைச்சிக்கிட்டுப் போயிடுங்க.

அவர் சொல்படியே ஏற்பாடுகள் செய்தோம். காரெடுத்தோம். வண்டியில் போகும்போது சொன்னாரவர், 'வாத்தியார் தோட்டத்துலெ, காலேஜ்போற பொண்ணொன்னு இருக்கு. அந்தப் பொண்ணுகிட்ட மட்டும் சொல்லிடுங்க, எனக்கு உடம்பு சரியில்லைன்னு."

"அப்பா தவறிட்டார். தாமதமாச் சொல்றதுக்கு மன்னிச்சுக்கங்க" என்றார் அந்தப் பெண். உங்க ஃபோன் நம்பர் வேறெத் தெரியாது. அப்பாவுக்கான காரியங்கள், வர்ற—போறவங்களேக் கவனிப்பது என்றிருந்த முசுவுலெ, உங்களுக்குத் தகவல் சொல்லமுடியாமலே போயிடுச்சு. எங்களெ யாருன்னே உங்களுக்குத் தெரியாதுன்னு எங்களுக்கும் தெரியும். இருந்தும், எங்கப்பா சொன்னார், 'அந்தப் பொண்ணு சார்ந்த எல்லா நிகழ்வுகளிலும் நீங்க கலந்துக்கணும்'னு. அதான் உங்க தாத்தாவோட இறப்பை ஒட்டி நாங்க குடும்பத்தோட, மூணு நாளா இங்க இருந்தோம். நீங்க அழைப்பு விடுக்காமலே, இதோ, பதினாறுக்கும் நாங்கள் குடும்பத்தோடவந்திருக்கோம்".

பெரியப்பா நெகிழ்ந்துவிட்டார். "தப்பா நினைச்சுக்காதீங்க. நீங்க சொன்னதுமாதிரி உங்களை யாருன்னு எங்களுக்குத் தெரியலெ. வெளியூர் ஆட்களாவேறெ போயிட்டீங்க, தெரிஞ்சுக்கவும் முடியலெ. நீங்க வந்ததுலெ சந்தோஷம்."

செண்பகப்பூ தாத்தா! எனக்கு அவருடைய பெயர் என்னவென்று இப்போது வரைக்கும் தெரியாது. எனக்கு அவர் 'செண்பகப்பூத் தாத்தா'! காலையில் பால்வாங்கப் போகும்போதும் திரும்பும்போதும், தினமும் நான் பார்க்கும் நபர் அவர். அவரை நான் கடக்கும்போது என்னைப் பார்த்துச் சிரிப்பார், கையசைப்பார். காளிமுத்து அண்ணாவும் நானும்தான் சிலசமயங்களில் பேசியபடித் தோட்டத்துக்கு நடந்து வருவோம். காளிமுத்து அண்ணாவோடு ஒருமுறை வந்துகொண்டிருந்தபோது, தாத்தா நின்று, எங்களோடு ரெண்டு வார்த்தை பேசினார். பின், "சரி போயிட்டு வர்றேம்மா" என்று கிளம்பியவர், தனது பாக்கெட்டிலிருந்து இரண்டு செண்பகப் பூக்களை எடுத்து என்னிடம் கொடுத்தார். தினமும் கொடுத்தார்! நாங்கள் வருவதற்குச் சற்றுத் தாமதமாகிவிட்டாலும் காத்திருந்து கொடுத்தார். சமயங்களில், காய்கறிகளையும் செண்பகப்பூவோடு தருவார். இப்படித்தான் அவர் எனக்கு செண்பகப்பூ தாத்தாவாகிப்போனார்.

ஒருநாள், செண்பகப்பூ தாத்தா தனது மாடுகளை எங்களது தோட்டத்தில் மேய்க்கவிட்டிருக்கிறார். தூரத்திலிருந்து பார்த்த எனது பெரியப்பா, தேவிம்மாவைக் கூப்பிட்டு, 'யாருன்னு போய்ப்பாரு' என்றிருக்கிறார். தேவிம்மாவுக்கும் அவரைத் தெரிந்திருக்கவில்லை. "மாடுகளை இங்க மேய்க்கக்கூடாது. டிரிப்ஸ் போட்டிருக்கு மரங்களுக்கு, பைப்ப மிதிச்சிடப்போகுது" என்றிருக்கிறார். "பாப்பாவை எனக்கு நல்லாத் தெரியும்மா. காலைலெ பாப்பாகிட்ட கேட்டேன். 'அதனாலென்ன வந்து மேச்சுங்க தாத்தா. நான் வீட்டுலெ சொல்லிடறேன்'—னு சொன்னாங்க. செண்பகப்பூ, காய்கறி எல்லாம் நா அப்பப்ப அவங்களுக்குக் கொடுப்பேன்" என்றிருக்கிறார் தாத்தா. தேவிம்மாவுக்கு அவரை செண்பகப்பூத் தாத்தாவாக, நான் சொல்லி, முன்னரே தெரியும். அப்போதுதான் அவரை தேவிம்மா நேரில் பார்க்கிறார். அதற்குள் பெரியப்பாவும் அங்கு

வந்துவிட, தேவிம்மா விவரம் சொல்ல, "கௌம்பற அவசரத்துலெ சொல்ல மறந்திருப்பாப்ளெ, பரவாயில்லெ மேச்சுக்கங்க. தண்ணீவேணும்னாலும், அதோ தொட்டி இருக்கு, மாட்டுக்குக் காட்டிக்கிடுங்க" என்றிருக்கார் பெரியப்பா. பெரியம்மா அவருக்கு டீ போட்டுக் கொண்டுவந்து தந்திருக்கிறார். "நிவியோட ஃப்ரண்டு. அவருக்கும் போய்க்கொடு" என்றிருக்கிறார் தேவிம்மாவிடம் பெரியப்பா.

அன்றுமுதல், தினமும் செண்பகப்பூத் தாத்தா பெரியப்பா தோட்டத்திற்கு மாடுகளுக்கு மேவுகாட்ட வருவார். தூரத்திலிருந்து என்னைப் பார்த்துவிட்டால், கையசைப்பார். போகும்போது, வந்து சொல்லிவிட்டுப்போவார்.

பக்கத்து ஊரில் அவருக்கு இருபது ஏக்கர் நிலம் இருக்கிறது. அந்தப் பருவத்தில் மாடுகளுக்கு மேவு இல்லாமல் போய்விட, அவர் எங்க ஊர்ப்பக்கம், பின், எங்க தோட்டத்துக்கு என வந்திருக்கிறார். அப்போதுதான் அவர் எனக்குச் செண்பகப்பூத் தாத்தாவாகவும் ஆகியிருக்கிறார். அவர் இறந்துபோனது எனக்குத் தெரியவில்லை. காளிமுத்து அண்ணாவுக்கும் தெரிந்திருக்கவில்லை. "எங்க, தாத்தாவைக் காணோம்..?" என்று நாங்கள் ஒருவரை ஒருவர் கேட்டுக்கொள்வோம். செண்பகப்பூ தாத்தா இறந்துவிட்டார் என்பதை அவரது மகள் சொல்லக்கேட்டபோது கண்களில் நீர் முட்டிக்கொண்டது. செண்பகப்பூக்களைப் பார்க்கும்போதெல்லாம், இப்போதும், 'அந்தத் தாத்தா சிரித்தபடி கையசைக்கிறார்' என்றே தோன்றும்.

*

முப்பது வீடுகள் இருந்த சர்க்கார் புதூரில், அரசு பட்டா வழங்க, புதிதாக நூற்றுக்கும் மேட்பட்ட வீடுகள் உருக்கொண்டன. புதிதாக வெளியூர் ஆட்கள் பலர், சர்க்கார் புதூரில் தோட்டம் வாங்கினர். பால் சொசைட்டி வெளியூர் ஆட்களால் களைகட்டியது. வேம்பு நாடார் மளிகைக்கடை வந்தது. வசதிபடைத்த வெளியூர் ஆட்கள் வட்டிவரவுசெலவு செய்தனர். மக்கள் பல குழுக்களாய்ப் பிரிந்தனர். உள்ளூர் ஆட்கள் ஒருவரையொருவர் போட்டுக்கொடுத்தனர். வசதிபடைத்தவனுக்குச் சகலரும் சலாம் வைத்தனர். ஊர்முகம் மாறியது! நாங்கள் தோட்டத்துச் சாலையில் இருந்ததால்

புதியவர்களை அதிகம் தெரியாது. தினமும் பால்வாங்க நான்தான் போவேன். ஊருக்குள்தான் பால் சொசைட்டி இருந்தது. ஊர் மாற்றமுறுவதை அவதானிக்க, பால் சொசைட்டி ஒரு மாயக்கண்ணாடிபோல் எனக்கு முன் நின்றது.

பால் சொசைட்டிக்கு அருகில் ஒரு பாட்டிம்மா. சாலையூரிலிருந்து சர்க்கார் புதூருக்கு வந்து, பெரிய கண்ணன் ஆசாரி வீட்டில் குடியேறினார். நான் பால்வாங்கப் போகும்போது, அவரும் பால்வாங்க வருவார். சிரிப்பார், அவ்வளவுதான். ஒருநாள், "ஏஞ்சாமி, நம்ம தோட்டத்துலெ ஏதாவது வேலை இருக்குங்களா?" என்று கேட்டார். "வீட்லெ சொல்லிடறேன். வந்திடுங்க என்றேன்" அவரிடம். மறுநாள் காலையில் ஏழுமணிக்கே, சாப்பாடெல்லாம் செய்து, எடுத்துக்கொண்டு தயாராக இருந்தார். "தோட்டம் எங்க இருக்குன்னு தெரியாது சாமி. உங்களோடவே வந்து பார்த்துக்கலாம்னு தயாராயிட்டேன்" என்றார்.

காலையில் முதல் ஆளாய், சாலையூர்ப் பாட்டி தோட்டத்துக்கு வேலைக்கு வந்துவிடுவார். கடைசி ஆளாய்ப் போவார். நல்ல உழைப்பாளி. ரெண்டு நாளைக்கு ஒருதரம் அவருக்கு ரெண்டு மூணுகாயாக தேங்காய்எடுத்துத் தருவாள் தேவிம்மா. விறகுக்கு மட்டை எடுத்துச் செல்வார். காய்கறி அதுயிதுண்ணும் அவ்வப்போது கொடுப்பதுண்டு.

நிறைய பாட்டிமார்கள் அப்போது தோட்டத்துக்கு வேலைக்கென வருவார்கள். அதிலொரு பாட்டி, "சாப்பிடுசாமி" என்றார். அது மதிய உணவுவேளை. தூக்குப்போசி மூடி திறக்க, கமகமத்தது. "பரவாயில்லை, சாப்பிடுங்க பாட்டி" என்றேன். "நம்மவீட்டு சாப்பாடெல்லாம் சாப்பிடுவாங்களா...?" என்றார் மற்றொரு பாட்டி. "உங்களுக்கெல்லாம் இல்லாமப் போயிரும்னுதான் பாக்கறேன்" என்றேன். "சும்மாதானெ சொல்றீங்க?" என்றார் இன்னொரு பாட்டி. தேவிம்மா தட்டெடுத்து வந்தார். அன்று எங்கள் மதிய உணவு அவர்களோடுதான். அவர்களுடையதுதான். அதன்பின் தினமும் பாட்டிமார்கள் எங்க வீட்டுத் திண்ணைக்கு வந்துவிடுவார்கள். எங்கள் வீட்டுச் சமையலையும் அவர்களோடு சேர்ந்து பகிர்ந்துண்போம்.

பாட்டிமார்கள் வழி, ஊர்நடப்பு எங்களது செவிக்கு வரும். வாழ்ந்த கதை, வாழ்ந்து கெட்ட கதை என்று பலதும் இருக்கும் அதில். சாலையூர்ப் பாட்டி கதையாடலில் பட்டும்படாமல் இருப்பார். சிரிப்பதோடு சரி. ஒருநாள் அவர் வராதபோது, அவருடைய கதையைப் பிற பாட்டிமார்கள் பகிர்ந்தனர்.

மூணு பொண்ணு, ஒரு பையன் சாலையூர்ப் பாட்டிம்மாவுக்கு. இரண்டு ஆட்டுப்பட்டிகளை ஒரே நேரத்தில் பார்க்கிற சாமார்த்தியம் அவருக்குண்டு. பிற்பாடு தனக்கென ஒரு பட்டியை உருவாக்கிக்கொண்டாரவர். பன்னிரண்டு ஏக்கர் நிலத்தை மொடக்குப்பட்டியில் வாங்கியிருக்கிறார். பையனும் மருமகனும் சேர்ந்து, நிலத்தை தம் பெயருக்கு எழுதிக்கொண்டு, சாலையூர்ப் பாட்டியை விரட்டிவிட்டனர். பாட்டிம்மாவுடைய கணவனும் அவர்களுக்கு உடந்தை. பாட்டி, நடக்கமுடியாத, எதுவொன்றும் தனக்கெனச் செய்துகொள்ளமுடியாத, தனது மூன்றாவது பெண்ணோடு சர்க்கார்புதூருக்கு வந்து குடிபெயர்ந்துள்ளார். முதல் பெண்ணை முடக்குப்பட்டிக்கு கட்டிக்கொடுத்துள்ளார். இரண்டாவது பெண்ணை பாப்பனூத்துக்கு. இரண்டாவது பெண் அடிக்கடி சீராடி வந்துவிடுவார். மூன்றாவது பெண்தான் வதைப் பிறப்பு.

பிற்பாடு, ஐ.ஏ.எஸ். தேர்வுக்குத் தயாராக நான் சென்னைக்குப் போக, மாதம் ஒருமுறைதான் சர்க்கார் புதூருக்கு வருவேன். பால்வாங்கப் போகும்போது பாட்டி என்னைப் பார்ப்பார். பழைய ஹார்லிக்ஸ் பாட்டிலில் இருக்கும் பொரியை எடுத்து எனக்குத் தருவார். பொரியை முடித்ததும், தயாராய் இருக்கும் வரக்காஃபி. நான் வரக்காஃபியை குடிக்கமாட்டேன். சிறுவயதில் யாரோ ”வரக்காஃபி, வரட்டீ குடிக்க கருப்பாகிவிடுவார்கள்” என்று சொல்ல, அன்று விட்டதோடு சரி. அதற்குப் பிறகு, அன்பின் நிமித்தம் சாலையூர் பாட்டி வீட்டில் மட்டும்தான் நான் வரக்காஃபி குடிப்பேன்.

ஒருமுறை சர்க்கார் புதூருக்கு வந்தபோது, சாலையூர் பாட்டியைக் காணவில்லை. வீடும் பூட்டிக்கிடந்தது. என்னவென்று தேவிம்மாவிடம் கேட்க, பாட்டியோட மூன்றாவது பெண் இறந்து விட்டதாகச் சொன்னார். இறப்புக்கு தகவல்

சொல்லியும் யாரும், அவருடைய புருஷனும் மகனும் மகள்களும்கூட வரவில்லையாம். ஒத்தை ஆளாகவே ஆம்புலன்ஸில் போட்டுக்கொண்டுபோய் எரியூட்டி வந்திருக்கிறார். மனசு கேட்காமெ இப்ப பாப்பனூத்திலிருக்கும் தனது மகளின் வீட்டிற்குப் போய்விட்டாராம் அவர். கேட்க கஷ்டமாக இருந்தது. பின்னொருநாள், மகளைக் காட்டுவேலைக்கு அனுப்பிவிட்டு 'செல்பாஸ்' சாப்பிட்டு இறந்துவிட்டிருக்கிறார் சாலையூர்ப் பாட்டி. மனசை வதைத்தது அவரது முடிவு.

எது அவர்களை என்னை நோக்கி உந்தித் தள்ளியது, எது அவர்களை எனக்கு அணுக்கமாய் உணரச்செய்தது? செண்பகப்பூத் தாத்தா, சாலையூர்ப் பாட்டி என இந்த வாழ்வு எனக்களித்த கொடைகள் பலர். விரல் விட்டு எண்ணிக்கொண்டேபோகலாம். அவர்களது விரல்களைப் பற்றிக்கொண்டுதான் என்னை நான் இன்னமும் தக்கவைத்துக்கொண்டிருக்கிறேன் "என்னை நானாகவே". அன்பின் வலியது ஏது?

16. மாசிலனாதல்

இரண்டாயிரம் வாக்கில் சுப்ரமணிய சோதிடரின் அறிமுகம் எங்களுக்குக் கிடைத்தது. அப்பாவின் சித்தியின் மருமகன் வாயிலாகத்தான் அது நிகழ்ந்தது. முதல்முறை எனது அம்மாவும் அப்பாவும் மட்டும்தான் அவரைப்போய்ப் பார்த்தார்கள். அப்போது அவர் கோவை டாட்டாபாத் ஏழாம் நம்பர் வீதியிலிருந்தார். குடும்பப் பொருளாதாரப் பிரச்சனை உச்சத்திலிருந்த காலகட்டம் அது. லாரிவாங்கி முழுவதுமாய் நஷ்டமாகிப் போன நேரம். ஜாதகத்தை கையில் வாங்கிப் பார்த்ததும், தூக்கி எறிந்துவிட்டிருக்கிறார். "பார்க்க முடியாது. போங்க" என்று அவர் சொல்லிவிட, "பார்க்கலீனா, பார்க்கலீன்னு சொல்லவேண்டியதுதானெ...அதென்ன தூக்கி வீசறது?" என்று அப்பாவுக்குக் கோபம். "எது நடக்கணுமோ, அது நடந்துதான் தீரும். இனிமே ஜாதகம் அதுஇதுன்னு என்னை எங்கயும் கூட்டிட்டுப் போகாதெ" என்றுவிட்டார் அப்பா. அம்மா மட்டும் அடுத்தநாள் திரும்பவும் சுப்ரமணியர் சோதிடரைப் பார்க்கப்போனாள். "நீ வருவேன்னு எனக்குத் தெரியும். உட்காரும்மா" என்றிருக்கிறார்.

அம்மா என்னுடைய மற்றும் அப்பாவுடைய ஜாதகத்தைக் கொண்டுபோயிருந்தாள். அம்மாவுக்கு ஜாதகம் கிடையாது. "உன்னோட பிறந்த தேதி, நேரத்தை மட்டும் எப்படியாவது தெரிஞ்சுக்கோ. யூனிவர்சல் ஜெராக்ஸில் போய் நான் சொன்னதாகச் சொல்லி ஜாதகக் குறிப்பைப் போட்டுக்கோ. பிற்பாடு வந்துபாரு" என்றிருக்கிறார். "வீட்லெ அவரு ரொம்பவும் என்னைக் கோவிச்சுக்கிட்டாரு. அடுத்தமுறை கூப்பிட்டா

வருவாரான்னு தெரியலெ” என்றிருக்கிறாள் அம்மா. “இந்த வாரம் வர்ற சிக்கல்லெ, அவராகவே வந்துடுவார். கவலைப்படாம போ” என்றிருக்கிறார் அதற்கு. அப்படித்தான் நடந்தது.

பிற்பாடு அம்மாவுக்கும் அப்பாவுக்குமான விவாகரத்து விஷயங்கள் போய்க்கொண்டிருந்தபோது “நீ நினைக்கிறதை அவரு நினைக்கலையல்ல, விட்டுடும்மா. கடந்துபோ. நாங்க இத்தனைபேர் இருக்கோம். கவலைப்படாதெ” என்றார் என்னிடம். ஜாதகம், பரிகாரம் என்பது ஒருபக்கம் இருக்க, அவரது சொற்கள் எனக்கான ஆறுதலாயிருந்தன. இன்று அவர் இல்லை. எனது வாழ்வின் மிகமுக்கியமானதொரு காலகட்டத்தில், அவரது சொற்கள் என்னை அரவணைத்துக் காத்தன.

*

பெரியம்மாவிற்குப் பென்சுலின் இன்ஜக்ஸன் போட ஆரம்பித்து, பிற்பாடு பெரியப்பா வீட்டில் நோய்நொடி எதுவென்றாலும் போய்ப்பார்க்க ஆரம்பித்தது மந்திரமூர்த்தி டாக்டர் அவர்களிடம்தான். அம்மாவுக்கு விவாகரத்து ஆகியநேரம். அவரது உடல்நிலை மிகக் கடுமையான பாதிப்பிற்குள்ளாகியது. மந்திரமூர்த்தி டாக்டரிடம்தான் அம்மாவை மருத்துவத்திற்காக அழைத்துச் சென்றோம். அப்போதுதான் அவர் எங்களுக்கு அறிமுகம்.

மருந்து, மாத்திரை என்று எத்தனை எடுத்தும் குணம்கூடவில்லை. “என்னாச்சு? மனதையும் போட்டு இப்படி ஸ்ட்ரெயின் பண்ணிக்கறீங்க.” என்று அவர் கேட்க, அம்மா அழுதார். நான் அம்மாவிற்கு விவாகரத்தான விபரங்கள் குறித்து அவரிடம் சொன்னேன். “வாழ்க்கையிலெ எல்லோருக்கும் ஏதாவதொரு பிரச்சனை இருந்துகிட்டுத்தான் இருக்கும். இருந்தும் வாழ்ந்தாகணுமே. அதனாலெ, எப்படியாவது அதிலிருந்து வெளிவரப்பாருங்க. அதையேபோட்டுக் குழப்பிக்காதீங்க” என்றார்.

அடிக்கடி அம்மாவிற்கு மந்திரமூர்த்தி டாக்டரின் மருத்துவமனையில் அட்மிட் ஆகவேண்டி வந்தது. அப்போதுதான் மிர்துளா அறிமுகமானாள். இரண்டு வயதுதான் இருக்கும் அப்போது அவளுக்கு. டாக்டரின் மகள். “அத்தெ அத்தெ”

என்று வரும். பாட்டு, ரைம்ஸ் எல்லாம் மழலையோடு வரும். மிருதுளா வாயிலாக கவிதா ஆன்டி அறிமுகம். டாக்டர் சாரின் மனைவி. அடிக்கடி அவரும் அம்மா அட்மிட்டான அறைக்கு, அம்மாவைப் பார்க்க வருவார். பெரும்பாலும் கோவில்கள் சார்ந்து பேசிக்கொண்டிருப்போம். இப்போதும்கூட!

தேவிம்மாவில் ஆரம்பித்து, பெரியப்பா, கண்ணன், கோவிந்தராஜ் தாத்தா, கமலம்மா பாட்டி, அம்மா, நந்தினி, எனக்கு என்று எங்களது குடும்ப டாக்டராகிப்போனார் டாக்டர் மந்திரமூர்த்தி அங்கிள். இப்போது எனது கணவர், மகன், மாமனார், நாத்தனார் என்று எல்லோருக்கும் அவர்தான் டாக்டர். பொள்ளாச்சியிலிருந்து கரட்டுமடம் வந்து, அவரிடம் பார்த்துவிட்டுப்போவார்கள் அவர்கள். இந்தப் பன்னிரண்டு ஆண்டுகளில் மருந்துவமனை சிறுசிறு மாற்றங்களோடு வளர்ந்து வளர்ந்து இப்போது 'ஸ்ரீலட்சுமி பாலிகிளினிக்' என்கிற அளவில் உயர்ந்து நிற்கின்றது. டாக்டர் சார் எப்போதும் அப்படியேதான் இருக்கிறார். கிராமங்கள் சூழ்ந்த பகுதி கரட்டுமடம். ஏழை எளிய மக்கள் நிறைந்தபகுதி. சிலரிடம் பீஸ் வாங்கமாட்டார். பலருக்கும் சேம்பிள் மெடிசன்களைக் கொடுத்துவிடுவார். அவரிடம் வரும் பெரும்பாலான பேஸன்ட்களின் லைப் ஹிஸ்டரியே அவருக்குத் தெரிந்திருக்கும் போல. இயல்பிலேயே அவருக்குப் பிறருக்கு உதவும் குணம் உண்டு. நோய்களை டையகனைஸ் பண்ணுவதில் தேர்ந்தவர். குணப்படுத்துவதில் கைராசியும் உண்டு. நல்ல பெயர் எடுக்க வேறு என்ன வேண்டும்? எனது அம்மாவிற்கு எதுவென்றாலும் அவர்தான். இப்போது எனது மகன் யோகிக்குக் கூட அவர் கைபட்டால்தான் குணமே. அவனுக்கு அவர் டாக்டர் மாமா. நேரம் காலம் எதுவும் கிடையாது. போய் நிற்போம். மருத்துவமுண்டு.

"டாக்டர் அங்கிள்" என்று நான் அழைத்தாலும், அவரும் எனக்கு அப்பா போலத்தான். ஒருமுறை டாக்டர் அங்கிள், கவிதா ஆன்டியிடம் சொல்லியிருக்கிறார், "சித்தார்த், மிர்துளாவோடு நிவேதிதாவும் நமக்கு ஒரு பொண்ணு மாதிரித்தான்." மருத்துவமனையில் எத்தனைக் கூட்டம் என்றாலும், டாக்டர் அங்கிளை நேராகச் சென்று பார்த்துவிடுவேன். நர்ஸ் அக்காக்கள், தங்கைகள், ஆம்புலென்ஸ் டிரைவர் சிவா அண்ணா, ஃபார்மஸி

அபி அக்கா என்று அங்கிளின் மொத்த மருத்துவமனையும் எனக்கான உறவுக்கூட்டம்தான். கவிதா ஆன்டியின் அப்பாவும் சரி, அம்மாவும் சரி எங்களின்மீது அக்கறை மிக்கவர்கள். யோகியைக் கொண்டாடுவதில் எங்களையும் மிஞ்சிவிடும் அங்கிளின் மருத்துவமனையாகட்டும் வீடாகட்டும். டாக்டர் அங்கிள் கொடுத்த ஸ்டெத்தஸ்கோப்பைக் காதில் மாட்டிக்கொண்டு, "நான் டாக்டர் மாமாவுக்கே டாக்டரு" என்று யோகி வலம் வருகிறான் இப்போது.

தொழில்முறை உறவு என்பதைத் தாண்டி சிலரால் மட்டுமே நம்மிள் ஒருவர் என்று பிறரை உணரச் செய்யமுடிகிறது. அது தொழில் நேர்த்தியால் கூடுவதல்ல, மனநேர்த்தியால் நிகழ்வது. சுப்ரமணிய சோதிடரும், மந்திரமூர்த்தி டாக்டரும் அத்தகைய மனநேர்த்தியாளர்கள்.

17. ஆட்கள் அப்படித்தான்

சிறுவயதில் அப்பாவோடு ஸ்கூட்டரில் சுற்றியதும், கோவிந்தராஜ் தாத்தாவோடு டூர் போனதோடும் சரி, பயணத்திற்கானச் சூழல் பிறகு வாய்க்கவேயில்லை. சுப்ரமணிய சோதிடர் பரிகாரத்திற்கெனக் கோவில்களுக்குப் போகச்சொல்லுவார். கோவில் என்பதைவிட, பயணத்திற்கான விருப்பத்திற்கு ஒரு வடிகால் என்கிற அளவில் எனக்கு அது சற்று மகிழ்ச்சி அளிப்பதாக இருக்கும்.

கோவிலுக்குக் கிளம்புவதற்கு முந்தைய தினம், வீடு முழுக்கக் கழுவி மெழுகுவது, இருக்கிற அழுக்குத் துணிகளை வெளுத்துக் காயப்போட்டு மடித்துவைப்பது, அடுத்த நாளிற்கான உணவுத் தயாரிப்பில் உதவுவது என்றெல்லாவற்றையும் ஒருவழியாய் முடித்துவிட்டு, பின் ஆடைகளைத் தேய்து, மடித்து, பேக்கிங் முடிக்க கண்கள் சொக்கும். அப்படியேக் குளித்துக் கிளம்ப, தூக்கம்! தூக்கம்! தூக்கம்! பயணப்பொழுதுகள் இப்படியாகத்தான் இருக்கும்.

சிலவேளைகளில், மூன்று நான்கு நாட்கள் எனக் கோவில் பயணம் நீளும். ஒரு நாளிற்குத்தான் உணவுத் தயாரிப்பு இருக்கும். பெரியப்பாவிற்கு பசியாகும்போதுதான் ஹோட்டல் தேடுவோம். பெரும்பாலும், நேரம் கடந்திருக்கும். திறந்திருக்கும் ஹோட்டலில் உணவிருக்காது. பசிக்கிறக்கம்தான். குட் டே பிஸ்கெட் கைகொடுக்கும்.

ஆயிரம் இருந்தாலும் அம்மா, அப்பா என்றிருக்கும் வாழ்க்கை ஆசிர்வதிக்கப்பட்டதுதான். விவாகரத்து வாங்கிவிட்டு, அக்காவீட்டில் அடைக்கல வாழ்க்கை என்பது அம்மா உள்ளூர அணுவளவும் விரும்பாத ஒன்று. பிறந்து வளர்ந்த ஊரில், வாழ்ந்துகெட்டு, அதுவும் விவாகரத்தாகி, அக்காவீட்டில் தஞ்சமடைவது என்பது உண்மையிலேயே சபிக்கப்பட்ட வாழ்க்கைதான். அம்மாவிற்கு அப்படித்தான்வாய்த்திருக்கிறது. இரண்டு பெண்குழந்தைகள். ஒன்று தத்துக்கொடுத்தது போலத்தான். பெரியப்பாவின் குணம் தெரியாமலில்லை. முன்கோபம். முசுடு. பிறரை வைத்துப் பார்க்கும் குணம் அறவேகிடையாது. பெரியம்மாவிற்கு கண் வீங்க, முகம் வீங்க, காலில் குத்தீட்டி பாய என்று வரமான வாழ்வு. பெரியப்பா வீட்டில் அம்மாவோடு சேர்த்து எனக்கும் என்றானது அந்த வாழ்க்கை.

அம்மா, கோவிந்தராஜ் தாத்தாவைப்போலச் சற்று நேக்குபோக்கு தெரிந்தவள். மனிதர்களை அனுசரிக்கத் தெரிந்தவள். அந்தத் தன்மை அவளுக்குக் கைகொடுத்தது. வீட்டிற்கு யார் வந்தாலும் தண்ணீர்கூடத் தந்து உபசரிக்கத் தெரியாது பெரியம்மாவுக்கு. பெரியப்பாவுக்குச் சொல்லவே வேண்டாம். சாப்பாட்டு வேளையெனில், வந்தவர் காத்திருக்கத்தான் வேண்டும். ஒருவாய் காஃபி கூடக் கிடைக்காது வந்திருப்பவர்க்கு. எல்லாம் மாறியது, அம்மாவின் அணுக்கத்தால்தான். பெரியப்பாவின் தோட்டம் கைவிட்டுப் போய்விடும் சூழல். சுப்ரமணிய சோதிடரிடம் அழைத்துப்போனாள் அம்மா. அவரது வழிகாட்டலில் தப்பியது தோட்டம். கண்ணன் அண்ணாவுக்கு வேலை... சிங்கப்பூரிலேயே கிடைத்தது. செஞ்சோற்றுக்கடனை முடிந்தவரை ஆற்றினாள் அம்மா. இன்னமும் முடிந்தபாடில்லை. நந்தினியை அவர்கள்தான் வளர்த்துவருகிறார்கள். அம்மாவை நந்தினி 'சித்தி' என்றுதான் அழைப்பாள்.

ஒருமுறை கண்ணன் அண்ணா சிங்கப்பூரிலிருந்து வந்திருந்தான். காளஹஸ்திப் பயணம். அம்மாவிற்குக் கோர்ட்டு, கேஸ் என்று அதீத மனவுளைச்சலால் குடல்புண் பாதிப்பு. மருந்து, மாத்திரை என்று நாட்கள் ஓடியது. நேரத்திற்குச் சாப்பிடவேண்டும். வழியில் ஒரு ஹோட்டலில் காலை உணவிற்காகக் கார் நின்றது. நானும்

அம்மாவும் எங்களுக்கான ஆர்டரை எப்போதும் தந்ததில்லை. மெனுகார்டைப் பார்ப்பதோடு சரி. கையில்கூட நான் எடுக்கமாட்டேன். ஹோட்டல் சர்வர் எங்கள் டேபிளின் முன் வந்து நின்றான். நான் பெரியம்மாவைப் பார்த்தேன். பெரியப்பா சொன்னார், “ஆளுக்கு ரெண்டு இட்லியச் சாப்பிட்டுட்டுக் கௌம்புங்க”. கண்கள் கோர்த்துவிட்டது எனக்கு. சர்வர் எங்களைப் பார்த்தார். அவருக்கு என்னமோ போலாகிவிட்டதுபோலும். கண்களை அவர் உடனே விலக்கிக்கொண்டார். அம்மாவின் பசியை அறிவேன். எனக்கான இட்லியில் ஒன்றை எடுத்து அம்மாவிற்குச் சேர்த்துவைத்தேன். ஓர் இட்லிபோதும் எனக்கு. இருக்கவே இருக்கிறது எனக்கே எனக்கென குட்—டே பிஸ்கெட்!

கல்லூரியில் நான் படித்தவரை ஐ.வி. போனது கிடையாது. கட்டடித்துவிட்டுச் சினிமாவிற்குப் போனதுகிடையாது. “ஐநூறு ரூபாய் தாரேன். உன்னோடெ ஃப்ரண்ட்ஸ்கக்கூட ஒரு சினிமாவுக்காவது போறியா?” “மாட்டேன்” என்பேன் நான் ஆர். கே. சாரிடம். விருப்பம் இருந்தாலும், அடைக்கல வாழ்விற்கேற்ப எனது தேவைகளை முடிந்தவரை நான் சுருக்கிக்கொண்டேன். பிற்பாடு இது எல்லாம் மாறியது, எனது திருமணத்திற்குப் பிறகு! “உனக்கு எதுபிடிக்குமோ, அதைச் சொல்லிக்கோ” எனது கணவர் ஹோட்டலில் ஆர்டர் பண்ணுவதற்குமுன், முதன்முறையாக என்னிடம் சொன்னபோது, உண்மையிலேயே எனக்குக் கண்கள் பனித்துவிட்டது. நான் அமைதியாக இருந்தேன். டேபிள் நிறைய வரிசைகட்டும். “வேஸ்ட் ஆனாலும் பரவாயில்லை. சாப்பிடு” என்பார். இப்போது அவருக்கும் சேர்த்து விதவிதமாக நான்தான் ஆர்டர் கொடுக்கிறேன். மெனுக்கார்டுகள் அத்துபடி.

ஒருமுறை தேவிம்மாவுக்கு கடும் உடல் உபாதை; கர்ப்பப்பையில் கட்டி; ஹாஸ்பிட்டலில் மூன்று நாட்கள் அட்மிட். “எதற்கு ஹோட்டலில் வாங்கிட்டு? நிவியையே சமைக்கச் சொல்லிடுவோம் என்றாள் அம்மா. செஞ்சோற்றுக்கடன்! பி.சி.ஏ. இறுதியாண்டில் படித்துக்கொண்டிருந்த காலகட்டம். காலையில் நான்கு மணிக்கு எழுந்து, வீட்டு வேலைகளையெல்லாம் முடித்துவிட்டு, எல்லோருக்குமாய்ச் சேர்த்துக் காலை டிபன், மதிய உணவு எனச் சமைத்துமுடித்து, கேரியரில் போட்டுத் தயாராகவைத்திருப்பேன். பெரியப்பா வந்து எடுத்துச்செல்வார். ஆப்பிள் ஜூஸ் போட்டு

தேவிம்மாவிற்காக ஃப்ரிட்ஜ்ஜில் வைத்திருந்தேன். பெரியப்பா கேட்டார், "ஜூஸ் எடுத்துவெச்சிட்டியா?" "ஃப்ரிட்ஜ்ஜில் வைத்திருக்கேன் அப்பா. வெளிய வெச்சிருந்தா கருத்திடும். ச்சில்னஸ்சும் போயிடும். போறப்ப எடுத்துக்கலாம்" என்றேன். அவர் சுருக்கெனச் சொன்னார், "நீ குடிக்கிறதுக்குன்னா எடுத்து வெச்சிருக்கெ உள்ளே?"

கல்லூரியில் தனித்தமர்ந்திருந்த என்னை நோக்கிவந்த ஜெயப்ரியா மேடத்தைப் பார்த்தவுடன் நான் அழுதுவிட்டேன். "இது எல்லாத்துலெ இருந்தும் விடுபடறதுக்கு உனக்குன்னு இருக்கிற ஒரே வழி படிப்புதான். மத்தது எல்லாத்தையும் தள்ளிவெச்சிடு. சரியோ, தப்போ நீ படிக்கிறது அவரோட காசுலெ. பெருசா எடுத்துக்காதெ. சிலநேரங்களில் ஆட்கள் அப்படித்தான்." என்றார் அவர்.

ஒருவாரம் இருக்கும் கண்ணன் அண்ணன் வந்தான். கோவிலுக்குக் கிளம்பினோம். தேவிம்மாவைக் கண்ணன் அண்ணா தன்னுடைய மடியில் தலைசாய்த்துப் படுத்துக்கொள்ளச் சொன்னான். தேவிம்மா சட்டெனு அப்போது சொன்னாள், "என்னை யாருமே புரிஞ்சுக்கலெ கண்ணா". நான் சிரித்துக்கொண்டேன். 'ஆம். சிலநேரங்களில் ஆட்கள் அப்படித்தான்'

18. ருசியோ ருசி

படிப்பை மேலே தொடரும் எண்ணம் எனக்கில்லை. ப்ளேஸ்மெண்ட் கிடைத்துவிட்டதால், அந்த வேலையிலேயே சேர்ந்துவிடலாம் என்றிருந்தேன். பெரியப்பாதான், "மேலும் படி" என்றார். எனக்கு அவரை மேலும் கஷ்டப்படுத்தும் எண்ணமில்லை. "வேண்டாம்பா, நான் வேலைக்குப் போனா நல்லாயிருக்கும்னு தோணுது" என்றேன். பெரியப்பா பிடிவாதமாக இருந்தார். "இப்ப நீ வேலைக்குன்னு போனா ஒரு பத்தாயிரம் ரூபாய் சம்பளமா கிடைக்கலாம். மேலெ படி. கை நிறையவே சம்பளம் பிற்பாடு உனக்கு வரும். இன்னொரு டிகிரியும் உனக்குன்னு இருக்கட்டும்" என்றார்.

டேன்செட் எக்ஸாம் எழுதுவதற்காக ஆயத்தமானேன். கல்லூரியின் தாளாளர் வித்யாசாகர் தாத்தா கல்லூரியின் ஆபீஸ் ரூமிற்கு முன்னாடி அமர்ந்திருந்தார். பழுத்த பழம்! பஞ்சகஜம் வேஷ்டியும், ஷெர்வாணியும் அணிந்திருந்தார். சட்டையின் பாக்கெட்டில் ஒரு ரோஜாப்பூ. எப்போதும் மலர்ச்சியாக இருப்பார். அதே கல்லூரியில், மீண்டும் எம்.சி.ஏ.சேர வந்திருப்பதாக நான் சொன்னதும், அவருக்கு அவ்வளவு மகிழ்ச்சி. "நான் சொன்னதாகச் சொல்லி கன்ஷெசன் போடச் சொல்லுங்க" என்று அப்போது பி.சி.ஏ.வின் ஹெச்.ஓ.டி.—யாகவிருந்த ஆர்.கே. சாரை அழைத்துச் சொன்னாரவர்.

அன்று மதியம் வீட்டிற்கு வந்து சாப்பிட உட்கார்ந்தேன். பாலகுமாரன் அழைத்தான். "என்ன பண்ற ?" என்றான்.

இப்பத்தான் வித்யாசாகர் கல்லூரியிலேயே எம்.சி.ஏ. சேர்ந்துவிட்டு வந்திருக்கேன்” என்றேன். “கூடவே, எம்.பி.ஏ.வும் படிக்கலாமல்ல...?” என்றான். “அது எப்படிடா?” என்றேன். “நான் சேர்ந்திருக்கிற கல்லூரியிலெ அதற்கான வாய்ப்பு இல்லெ. ஆனா உனக்கு இருக்கு. நீயாவது டுயல் டிகிரி எடு” என்றான். நான் பெரியப்பாவிடம் விஷயத்தைச் சொன்னேன். சாப்பிட்டு முடித்துவிட்டு, இருவருமாகப் போய், எம்.பி.ஏ.விற்கு எனக்கான அப்ளிகேசனைப் போட்டோம்.

சனி, ஞாயிறுகளில் மட்டும் எம்.பி.ஏ. க்ளாஸ் இருக்கும். ஒரே நேரத்தில் இரண்டு மாஸ்டர் டிகிரிக்கானப் படிப்பு. அதைத் துணிவோடு எதிர்கொண்டேன். அப்பாவிடமிருந்தான பிரிவு, அம்மாவின் உடல்நிலைச் சுணக்கம் என்றிருந்த சூழ்நிலையில், அந்த முடிவு ஒருவகையில் எனக்கு அவசியமானதாகவே இருந்தது. என்னைத் தொடர்ந்து படிப்பில் ஈடுபடுத்திக்கொள்ள முயற்சித்தேன்.

எம்.சி.ஏ.வில் முதலில் எனக்கு அறிமுகமாகியது குட்டி மஞ்சுவும், பெரிய மஞ்சுவும்தான். அதாவது, மஞ்சுளா தேவியும், மஞ்சு விசாலாட்சியும்தான். வெவ்வேறு கல்லூரிகளிலிருந்து நிறைய பேர் வந்து சேர்ந்திருந்தார்கள். அவர்களோடு கலந்துபோவதில் எனக்குச் சிரமம் என்று ஒன்றிருக்கவில்லை. ராஜலட்சுமி மேடம்தான் ஹெச்.ஓ.டி. சண்முகம் சார்தான் டியூட்டர். நல்ல சூழல்.

*

நான் டுயல் டிகிரி படிப்பதில் கோவிந்தராஜ் தாத்தாவுக்கு கொள்ளை மகிழ்ச்சி. தேவிம்மாவிடம் கேசரி செய்யச் சொல்லி, கிணத்துவெட்டு ஆட்களுக்கு கொண்டுபோய்க் கொடுத்தார். பெரியப்பா புதிதாக வாய்க்கால் ஓரத்தில் வாங்கியிருந்த 1 ஏக்கர் நிலத்தில், கிணறு வெட்டும்வேலை அப்போது நடந்துகொண்டிருந்தது. நான் மாலையில் கல்லூரியிலிருந்து திரும்பி வந்ததும், தேவிம்மா, அம்மாவுடன் கிணத்துவெட்டு வேலை நடைபெறும் வாய்க்காலோரக் காட்டுக்குப்போவோம். காடைமுட்டை, பனிக்கடலை, மக்காசோளம் அதுஇது என்று அருகே கிடைக்கும் ஏதாவதைக்கொண்டு சமைத்து

வைத்திருப்பார்கள் அங்கு. தேநீரோடு அவைகளை ஒருகை பார்ப்போம்.

புரட்டாசி, ஐப்பசி மாத மழைக்கு மொட்டுக் காளான் புடைக்கும். இடி மின்னல் அடித்தாலே நாவில் எச்சிலூறிவிடும். கரிசல்காட்டில் வெளேரென்று பெரிய அளவில் கொடைக்காளான்கள் புடைக்கும். தாத்தாக்கள் காலையில் அவைகளை எடுத்துவந்துவிடுவார்கள். நாங்கள் தோட்டத்துக்குள்ளே தேடிப்போவோம். புத்துக்கண்ணு இருக்குமிடங்களில் மொட்டுக் காளான் அமோகமாக வரும். ஒரே வேட்டைதான். பைகளில் அள்ளிக்கொண்டுவருவோம். மண்ணுபோக நன்றாகக் கழுவிவிட்டு, அடுப்பில் வடசட்டியில் வைத்து, எண்ணை ஊற்றி, கடுகுபோட்டுத் தாளித்து, சின்ன வெங்காயம் நன்றாக வெட்டி, தோட்டத்துக்குள்ள இருந்து கருவேப்பிலைக் குச்சியை ஒடித்துவந்து, உருவிப்போட்டு,சுத்தம் பண்ணி வைத்திருக்கிற காளானை அதில போட்டு, வணக்கிவிட்டு, மஞ்சள்தூள், வீட்லெ அரைச்ச மிளகாய்த்தூள், உப்பு, அரை ஸ்பூன் விளக்கெண்ணை ஊத்தி, மறுபடியும் வணக்கிவிட்டு, காளான் மூழ்கிற அளவிற்கு தண்ணீர் ஊற்றிக் கொதிக்கவைத்து, இட்லிப்பாத்திர மூடியைப்போட்டுச் சுண்டவிடுவோம். சுடுசாப்பாட்டில் போட்டு அதைச் சாப்பிட்டா... அடடா, அமிர்தம்! விட்டால், காளானுக்கு அடிதடியே நடந்துவிடும். “சொத்துகூட முன்னபின்ன இருந்தாலும் பரவாயில்லை, ஆனா, காளானை மட்டும் சரியாப் பிரிச்சிடுங்கப்பா” என்போம்.

கோவிந்தராஜ் தாத்தா எப்போதும் அளவோடுதான் சாப்பிடுவார். 1 இட்லி கூட என்றாலும் சரி, 1 இட்லி குறைச்சல் என்றாலும் சரி ஒத்துக்க மாட்டார். இட்லி என்றாலும் பன்னிரண்டு, தோசை என்றாலும் பன்னிரண்டு.சப்பாத்தி, பூரி எதுவென்றாலும் பன்னிரண்டுதான். பணியாரம் என்றால் மட்டும்,பன்னிரண்டு அடசல்! கோவிந்தராஜ் தாத்தா எப்போதும் அளவோடுதான் சாப்பிடுவார். சனிக்கிழமை மட்டும் அவர் விரதமிருப்பார். உள்ளபடி அன்றுதான் அவர் குளிப்பார். வாரக்குளியல்! சனிக்கிழமை காலையில் கமலம்மா, உச்சிமுதல் உள்ளங்கால் வரை நல்லெண்ணை போட்டுத் தேய்த்துவிடுவார் தாத்தாவுக்கு. ஒன்பதரை மணிக்கு ஒரு பன்னிரண்டு இட்லியோடு

தனது விரதத்தை முடித்துக்கொள்வார் கோவிந்தராஜ் தாத்தா. அப்பறம் சாப்பாடு, சாம்பார், ரசம், தயிர், பொரியல், அப்பளத்தோடு சனிக்கிழமை மதிய உணவு. இரவில் உப்புமா மட்டும். கோவிந்தராஜ் தாத்தா சனிக்கிழமை விரதத்தை ஆயுசுக்கும் கடைபிடித்தார், இப்படி!

காளிப்ளவர் தோசை தேவிம்மாவின் ஸ்பெசல். அதேபோல, சேனைக்கிழங்கு சாப்ஸ். வீட்டிலேயே ஐஸ்கிரீம் செய்வதற்குத் தேவிம்மாவுக்கு மிகவும் பிடிக்கும். பெரியப்பா கோவை போனால், அன்னபூர்ணாவிலிருந்து அத்திப் பழ அல்வா வாங்கிவருவார். பாக்கெட் பிரிபடுகிற சப்தம் தேய்வதற்குமுன் அல்வா காலியாகிவிடும். அம்மா ஒப்புட்டு செய்வாள். சுடச்சுடச்சாப்பிடுவோம்.

எங்க வீட்டில் யாருக்கும் பிரியாணி சமைக்கத் தெரியாது. நான் வைக்கும் பிரியாணிக்கு ஒரு ஃபேன் க்ளப்பே இருந்தது. அந்த ரெசிபியை இன்று யோசிக்க, அதற்குப்' "பிரியாணி" என்று பெயர் சூட்டியது யாரென்பது மட்டும் இதுவரைக்கும் நினைவில்லை. அனேகமாக தாத்தாவாகத்தான் இருக்கும். ஏனெனில் அவர்தான் அசைவம் சாப்பிடமாட்டார். இன்று நான் உண்மையிலேயே ஒரு பிரியாணி ஸ்பெசலிஸ்ட். சைவமாகட்டும், அசைவமாகட்டும் ரசித்து சமைப்பதும், ரசனையோடு பரிமாறுவதும் எனக்குப் பிடிக்கும். உணவை ரசித்து, ருசித்துச் சாப்பிடத் தெரியாதவருக்கு, வாழ்வின் ருசி ஒருபோதும் பிடிபடுவதில்லை என்பது எங்களது கணிப்பு. வகைவகையாய் சமைப்பதில் ஆர்வம் கூடிக்கொண்டேபோகிறது. இருந்தும், ஐந்து ரூபாய் குட்டே பிஸ்கெட்டோடு ஒருநாளைக் கடத்திய நாட்களை இன்னும் நான் மறக்கவில்லை.

19. சமர்ப்பணம்

சுடலைமணி சாரைப் பார்ப்பதற்காகத் தமிழ்த் துறைக்கு நான் போகும்போது இரவி அண்ணாவைப் பார்த்திருக்கிறேன். பெரிதாகப் பேசிக்கொள்ளமாட்டோம். எப்போதும் வராண்டாவிலிருந்து தூரத்தை வெறித்துப்பார்த்தபடி இருப்பார். பார்க்க,'நான் ரொம்ப ஸ்ட்ரிக்ட்' என்பதுபோலத்தான் இருப்பார். பிற்பாடு, என்னைப்பற்றி அறிந்துகொண்டு என்னோடு அவராகவே பேச ஆரம்பித்தார். அப்போது அவருடைய மகனை அவர் பறிகொடுத்திருந்த நேரம். என்னை அவருடைய மனைவியோடு, மகளோடு பேசவைப்பார். "நான் ஆணையிட்டால், அது நடந்துவிட்டால்" என்பதையே திரும்பத் திரும்ப அழுத்தமாகப் பாடுவாள் அவரது மகள் புவனா மழலையோடு. கேட்க இனிமையாக இருக்கும்.

ஒருமுறை மதுரைக்குப் போய்விட்டு, இரண்டு நாட்கள் கழித்துவந்தார் இரவி அண்ணா. "எப்படின்னா இருந்தது ட்ரிப்?" என்று கேட்டேன். "கறிவிருந்து, ஜிகர்தண்டான்னு நன்றாகப்போனது" என்றார். "என்னது ஜிகர்தண்டாவா...?" என்று அதிர்ந்து கேட்டேன். "ஜிகர்தண்டாதானெ நிவி, நீ ஏன், 'ஜிகர்தண்டாவா?'—ன்னு கேட்கறே?" என்றார். "அண்ணா, நீங்க சரக்கெல்லாம் அடிப்பீங்களா?" என்று கேட்டேன். "என்னது சரக்கா? ஜிகர்தண்டாங்கறது, பால்லெ சேமியா ஐஸ் மாதிரி இருக்கும்." என்றார்.

ஒருமுறை அம்மாவோடு பழனி கோவிலுக்குப் போயிருந்தேன். பழனி பேருந்து நிலையத்தில் 'ஜிகர்தண்டா' என்கிற போர்டை ஒருகடையில் வாசித்தேன். 'ஜிகர்தண்டா' சொல்லிப்பார்க்க நன்றாக இருந்தது. அடுத்த நாள் பழனியிலிருந்து வந்து, ரெட்டியார்மடம் ஆர்.வி.எஸ்—சில் ஹாஸ்டலில் தங்கி என்னோடு படித்துக்கொண்டிருந்த தினேஷிடம் கேட்டேன், "'ஜிகர்தண்டா'—ங்கறது என்னடா?" என்று. "ஐயய்யோ, நீ சாப்டியா?" என்று கேட்டான். "இல்லை. பஸ்லெ வரும்போது பார்த்தேன்" என்றேன். "நல்லவேளை, அது சரக்கோட சேர்ந்தது" என்றுவிட்டுப் போய்விட்டான். ஜிகர்தண்டா எனக்கு அப்படித்தான் பதிவாகியிருந்தது. அதுதான் இரவி அண்ணா சொன்னதும் நான் அவரிடம் அப்படிக் கேட்டேன். இப்போது நான் வீட்டிலேயே ஜிகர்தண்டா செய்வேன்.

ஒருநாள் இரவி அண்ணாவின் தொலைபேசிக்குத் தொடர்புகொண்டபோது, 'நாட் ரீச்சபிள்' என்று ஒலித்தது. டிபார்ட்மெண்டுக்குப் போனேன். அவர் அங்குதானிருந்தார். "நான் நம்பரை மாத்திட்டேன் நிவி" என்றாரவர். ஒரு பேப்பரில் எழுதிக்காட்டி, "ஞாபகத்துலெ வெச்சுக்க" என்றார்.

சர்க்கார் புதூர் பேருந்தில், சன்னலோர இருக்கையில் அமர்ந்து வெளியே வேடிக்கை பார்த்துக்கொண்டிருந்தேன். முக்கோணம் நிறுத்தத்தில், பொள்ளாச்சிப் பேருந்துக்காகக் காத்திருந்தார் இரவி அண்ணா. பேசலாம் என்று அவருக்கு அழைத்தேன், அவரது புதிய எண்ணிற்கு. 'ரிங்' ஆகிறது. அவர், அவருடைய நண்பரோடு பேசியபடியே இருக்கிறார். நான் அவரையே பார்த்துக்கொண்டிருக்கிறேன். ஃபோன் அட்டெண்ட் ஆகி, ஒரு குரல், "ஹலோ" என்றது. எனக்குத் திக்கென்றிருந்து. ரவி அண்ணன் எதிரில் நின்று பேசிக்கொண்டிருக்கிறார்! "ஹலோ, யாருங்க?" என்று மீண்டும் அந்தக் குரல். நம்பரைப் பார்க்கிறேன். சரியாகத்தான் இருக்கிறது. 'என்ன பதில் சொல்வது...?' உடனே அழைப்பைத் துண்டித்தால் நன்றாகயிருக்காது என்று, "ரவி அண்ணா இருக்காங்களா?" கேட்டேன் நான். "இதோட மூணாவது கால். அவரோட மனைவி கூட காலைலெக் கூப்பிட்டு,'வரும்போது கத்திரிக்காய் வாங்கிட்டு வந்திடுங்க' என்றார் என்னிடம், இரவின்னு நினைத்து. நான் இரவியோட

ப்ரண்டு. நேத்துதான் நாங்க புதிதாக, அடுத்தடுத்து வருகிறமாதிரி நம்பர் எடுத்தோம். அவருடையதுக்குப் பதிலாக, என்னுடைய நம்பரை அவர் மாத்திக்கொடுத்திருக்கார். கடைசி இரண்டு நம்பரில்தான் கரெக்ஸன். '25'க்குப் பதிலாக '35'. அவ்வளவுதான்!" என்றது எதிர்முனைக் குரல். "தேங்ஸ்" என்றேன். "பரவாயில்லை. சொல்லுங்க. நீங்க...?" என்று தொடர்ந்தது அந்தக் குரல். 'பேச்சைத் தொடர்வதா, துண்டிப்பதா?' என்று ஒரு குழப்பம். 'நல்லாத்தானே பேசறார்' என்று தொடர்ந்தேன். இன்று வரைக்கும் தொடர்ந்தபடிதான் இருக்கிறேன் அவரை. சுரேஷ்வரன்! எனது கணவர்.

எம்.சி.ஏ.—வின் கடைசி செமஸ்டரில் ஒரு சர்க்குலர் வந்தது. "அன்று நடக்கவிருக்கிற க்விஸ் காம்பிடேஷனில் விருப்பமுள்ளவர்கள் அதில் கலந்துகொள்ளலாம்" என்பது செய்தி. அன்று காலையிலிருந்து செம போர். ரேவதிதான் கேட்டாள், "கலந்துக்கலாமா?" இருவரும் பெயர்கொடுத்தோம். நாங்கள் இருவர் மட்டுமே பி.ஜி. மாணவர்கள். "மானம் போகப் போகுது" என்றாள் ரேவதி. பஸ்ஸர் ரவுண்டுதான் எல்லாமே. பத்துக்கு எட்டென்று பதில் சொல்லி, முதல் பரிசு வென்றோம். டியூட்டர் சசிரேகா மேடத்திற்கு சந்தோஷம். ஹெச்.ஓ.டி.—யிடம் போய் சொல்லச் சொன்னார்கள். ஹெச்.ஓ.டி. ராஜலட்சுமி மேடம் எங்கள் இருவருக்கும் டயரி மில்க் சாக்லெட் தந்து பாராட்டினார்.

"ஆன்யுவல் டே" வந்தது. "க்விஸ்"—ல் வென்றதற்கானச் சான்றிதழைப் பெற்றுக்கொள்வதற்காக, எனது பெயரை இரவி அண்ணா, "நான்தான் நிவியோட பெயரை அழைப்பேன்" என்று சொல்லி, அவரே எனது பெயரை அழைத்தார். உடுமலை லயன்ஸ் க்ளப் ஆடிட்டோரியத்தில்தான் அந்த நிகழ்வு. ஆடிட்டோரியத்தின் கடைசி வரிசையில் நாங்கள் அமர்ந்திருந்தோம். நான் எழுந்தேன். அப்போது ஆரம்பித்தக் கைதட்டல், தியோடர் பாஸ்கரன் சார் எனக்கானச் சான்றிதழை எனக்கு அளித்த அக்கணம்வரைக்கும் நீண்டது. ஏனோ எனக்குக் கண்கள் அப்போது பனித்தது.

எம்.சி.ஏ. இரண்டாமாண்டிலேயே நான் எம்.பி.ஏ. முடித்துவிட்டிருந்தேன். எம்.சி.ஏ.—விலும் டிஸ்டிங்சன். இரண்டு மாஸ்டர் டிகிரியோடு எனது கல்லூரிக் காலம் முடிந்தது.

"இது தேறாது" என்று புறந்தள்ளியவர்களுக்கு மத்தியில்தான் இருந்தார்கள், என்னைத் தேடிவந்து தேற்றியவர்களும். என்னை நான் செதுக்கிக்கொள்ள, எனக்கான ஊக்கத்தைத் தேடிவந்து அளித்த அத்தனை உள்ளங்களுக்கும் கூட இந்த நூலின் சமர்ப்பணம் உரித்தாகும்.

'பெரிதாக ஒன்றையும் சாதித்துவிடவில்லை. இருந்தும், எதற்காக இந்த எழுத்து?' என்னை நானே கேட்டுக்கொள்கிறேன். கடந்த காலத்தைக் கடக்கப் பார்க்கும் ஓர் அபத்த முயற்சியாக, இந்த எழுத்தையும் கொள்ளலாம்தான். "அவ்வளவு கசப்பா?" என்றால், இல்லை. என்னினும் பலர், இந்த வாழ்வின் கடுங்கசப்பை இதனினும் சுவைத்தவர்களாக உங்களில் இருக்கலாம். அவரவர் அனுபவம் அவரவர் உயரம்! இந்த வாழ்வின்மீது எனக்கிருந்த புகார்களை ஒவ்வொன்றாக உதிர்த்துக்கொண்டிருந்திருக்கின்றேன், இந்த எனது எழுத்தின் வழியாக! இப்போது இலகுவாக உணர்கிறேன்.

இந்த வாழ்வு, நிகராக, கொண்டாட்டங்களையும் எனக்காகப் பொத்திவைத்துப் பரிசளித்திருப்பதை, இந்த எனது எழுத்தே எனக்குக் காட்டித் தந்திருக்கின்றது. எழுத்து, ஒரு மாயக்கண்ணாடி!

எழுத்தும் வாசிப்பும், ஒருவகையில், பகிர்தலும் கேட்டலும்தான்! மனிதர்கள் மீதான நம்பிக்கையே, அனுபவத்தைப் பேசவைக்கிறது. மனிதர்களிடம் இன்னமும் காய்ந்துபோகாத ஈரமே, அவர்களைக் கேட்கவைக்கிறது.

பெருமழை
சுடுவெயில்
பனிமூட்டம்

மலைப்பாய் இருக்கிறது
மலையின் மௌனம்.

மேடு, பள்ளம்
பார்வைக் கோணமன்றி
வேறென்ன?

*புல் நுனிப் பனித்துளி
பருகுகிறது
பிரபஞ்சம்!*

— நிவேதிதா சுரேஷ்வரன்

இனி, நீங்கள் பேசும் தருணம்!